பச்சை நரம்பு

பச்சை நரம்பு

அனோஜன் பாலகிருஷ்ணன்

கிழக்கு

பச்சை நரம்பு
Pachchai Narambu
Annogen Balakrishnan ©

First Edition: December 2017
144 Pages

ISBN: 978-81-8493-863-0
Kizhakku - 1073

Kizhakku Pathippagam
177/103, First Floor,
Ambal's Building, Lloyds Road
Royapettah, Chennai 600 014.
Ph: +91-44-4200-9603

Email : support@nhm.in
Website : www.nhm.in

kizhakkupathippagam
kizhakku_nhm

Author's Email: annogen03@gmail.com

Website: www.annogenonline.com

Kizhakku Pathippagam is an imprint of New Horizon Media Private Limited

என் முதன்மையான ஆசான் ஜெயமோகனுக்கு...

நன்றி

கதைகளை பிரசுரித்த இதழ்கள்

கல்குதிரை
காலச்சுவடு
அகநாழிகை
சிலேட்
அம்ருதா
புதிய சொல்
ஆக்காட்டி

•

உடனிருந்த பிரியமானவர்கள்

தர்மு பிரசாத்
அசுரா நாதன்
அருண்மொழிவர்மன்
கி.செல்மர் எமில்
எல்.ஜே.வயலட்
கருணாகரன்
லஷ்மி மணிவண்ணன்

உள்ளே

வாசனை

இத்தனை காலம் கடந்து அவனைச் சந்திப்பேன் என்பதைச் சற்றும் எதிர்பார்க்கவில்லை. அவன் முகம் மட்டுமே எனக்கு மங்கலாக நினைவில் இருந்தது. ஜெயந்தனைக் கண்டவுடன் புதையுண்டிருந்த அவனின் முகம் ஞாபக அடுக்குகளில் இருந்து ஓர் அலைபோல் எழுந்து வந்து என் காலடியில் மோதி, பொடிப்பொடியாக உதிர்ந்தது. அவன் தன் மனைவியை விட்டுவிட்டு என்னை மட்டும் தனியாக அழைப்பது மெலிதான சஞ்சலத்தைத் தந்தது. அவன் மனைவி, தன் உறவினர் ஒருவரைப் பார்க்கப்போய்விட்டதாக நான் கேட்காமலேயே தொலை பேசியில் சொன்னான். ஹரிக்குச் சொல்லலாமா என்று யோசிக்கச் சங்கடமாகவிருந்தது. ஜெயந்தனைக் காதலித்து கடைசியில் ஹரியை கல்யாணம் செய்து கொண்டபோதும் ஜெயந்தனைப் பற்றி நான் ஹரியிடம் வாயே திறந்தது இல்லை.

ஜெயந்தனைச் சந்தித்தது மிகத் தற்செயல். அன்று மட்டும் ஃபஷன்பேக் செல்லாமல் இருந்திருந்தால் அவனைக் கண்டே இருக்க முடியாது. அந்தக் கொந்தளிப்பு நிகழ்ந்திருக்காது.

ஃபஷன்பேக் உடைய உள்படிகளால் இறங்கிவரும்போது அவன் என்னைப் பார்த்துக்கொண்டு இருந்ததைச்

தற்செயலாகக் கண்டேன். வலப்பக்க உதட்டைச் சுழித்துச் சிரித்தான். அவன் புன்னகை மெலிதாக வெடித்து, என் மேல் பரவியதை உணர்ந்தபோது இப்போதும் என்தேகம் குளிர்கிறது. அவன் அருகில் கூந்தலை மேவியிழுத்து கன்னங்கள் மினுங்க ஒரு பெண்ணிருந்தாள். மௌனமாக ஒருகணம் நின்றுவிட்டு சுதாரித்து அவனைப் பார்த்துச் சிரித்தேன். என் அருகில் வந்தான். நானும் அவனை நோக்கிச் சென்றேன். இருவரும் பேசத் தொடங்குவதற்கு ஏதோவொன்று இருப்பதாக நினைத்துக்கொண்டேன்.

'எப்படி இருக்குறீங்க..?' என்று ஆரம்பித்த சம்பிரதாய உரையாடல் நீண்டுகொண்டு சென்றது. தனக்கருகில் நிற்கும் அவளை தன் மனைவி என்று அறிமுகப்படுத்தினான். என்னைக் கட்டிப்பிடிப்பதுபோல் அருகில் வந்து என் தோள் மூட்டுகளை தன் இடக்கையால் தட்டி மற்றைய கையால் என் வலக்கையைப் பிடித்து சிநேகமாகக் கதைக்கத் தொடங்கினான்.

'வெளியே ரெஸ்டோரன்ட் ஒன்றுக்குப்போய் சாப்பிட்டுக் கொண்டு கதைப்பமா?' அவன் கேட்க, அவன் மனைவி, 'போகலாமே' என்று என்னைப் பார்த்தாள். அவளுக்கு என்னைத் தெரியுமா? எங்கள் கதைகள் அவளுக்குத் தெரிந்திருக்குமா. 'அவசரமாகச் செல்ல வேண்டும், வேறொருநாள் சந்திப்போம்' என்று சொல்லி ஒரு மாதிரி அவர்களைச் சாமாளித்துவிட்டுப் புறப்பட்டேன். போகும் போது அவன் மனைவி என் தொலைபேசி எண்ணைக் கேட்டாள். கைத்தொலைபேசி எண்ணைக் கொடுத் திருந்தேன். அதுதான் வம்பாகப்போனது. அடுத்தநாளே அவன் அழைத்தான். நீண்ட நேரம் கதைத்தான். மறந்தும் அவன் பழைய காதலைப் பற்றி பேசவேயில்லை. எப்படி அவனால் இப்படி நுட்பமாக உரையாட முடிகின்றது?

கட்டில் மெத்தையில் வீழ்ந்து படுத்தேன். தலை வலிக்கும்போல் தோன்றியது. அப்பாவும் தன் காதலியை இதுபோல் அம்மாவுக்குத் தெரியாமல் ரகசியமாகச் சந்தித்திருப்பாரா? அப்பாவின் காதலியின் கற்பனை விம்பம் ஒரு தேவதைபோல் எனக்குள் விரிந்தாள். அதுவொரு தனிக்கதை.

ஹேங்கரில் இருந்த ஹரியின் முழங்கை நீளமான மேற்சட்டையை தொட்டுப்பார்க்க மிருதுவாக கைகளில்

அமிழ்ந்தது. ஒவ்வொரு சட்டையாக எடுத்து முகர்ந்து பார்த்தேன். ஹரியின் வாசனை, சட்டைகள் மீது வீசிக்கொண்டிருந்தது. ஹேங்கரில் விதம்விதமான வரிகள் இடப்பட்ட சட்டைகள்இருந்தன. ஹரி வரிகள் இடப் பட்ட சட்டைகளை அணிய விரும்புவார். சட்டைகளினை எடுத்து கட்டிலில் பரப்பிவிட்டு, கைகளால் நீவினேன். சாய்ந்து சட்டைகளின்மேல் வீழ்ந்து படுத்தேன். மென்மை யாகக் கட்டில் மெத்தை அமிழ்ந்தது. மின்விசிறி எனக்கு மேலாகச் சுழன்று கொண்டிருந்தது. மெலிதான வெயில் நீண்ட கோடுவடிவில் நீளமாக யன்னலால் நுழைந்து, கட்டில் விளிம்பில் சாய்வாக விழுந்துகொண்டிருந்தது. எழுந்து சென்று பழுப்பு நிறமான திரைச்சீலையை இழுத்து மூடும்போது வெளியே பார்த்தேன். கொள்ளுப்பிட்டி சுவாரஸ்யமாக இயங்கிக்கொண்டிருந்தது. இராணி வீதியிலுள்ள அடுக்குமாடிக் குடியிருப்பில் பன்னிரண் டாவது தளத்தில் எங்களுடைய குடியிருப்பு இருந்தது. யன்னலால் நோக்கும்போது பாசாங்கற்ற கொள்ளுப் பிட்டியின் இயக்கத்தினைப் பார்க்கக்கூடியதாக இருக்கும்.

ஒவ்வொரு முறையும் ஹரி வேலைக்குச் சென்றபின் யன்னலால் குதூகலிக்கும் சிறுமிபோல் ஆர்வங்கள் சுடர்விட வேடிக்கை பார்ப்பேன். மழைநாள்களினை யன்னலினால் பார்க்கும்போது இன்னும் சுவாரசியமாக இருக்கும். பலசமயம் கண்ணில் தென்படும் முச்சக்கர வண்டிகளை வேகமாக எண்ணுவேன்.

திரைச்சீலையினை இழுத்து மூடிவிட்டு படுக்கையில் வீழ்ந்தேன். மின்விசிறிகள் சுழல இதமான காற்று என்மீது படர்ந்தது. ஹரியின் சட்டையின் பொத்தான்களை விரலால் சுழற்றிக்கொண்டு சட்டையின்மேல் படுத்து வாசனையை முகர்ந்தேன். முகர முகர ஹரியின் வாசனை வந்துகொண்டேயிருந்தது. என் அப்பாவின் வாசனையை நினைத்துப்பார்த்தேன். ஆண்தன்மையான கருணை நிரம்பிவழியும் வாசனை அது.

அப்பாவுக்கு எப்போதும் என்மீது பிரியம் அதிகமாக இருந்தது. சின்ன வயதில் மடியின் மேல் இருந்திவைத்து, இறுக்கமாக தலைமயிர் பின்னிவிடுவார். ஒவ்வொரு முறையும் அப்பாவின் தோள் மூட்டுகளைப் பிடித்துக் கொண்டு தொங்கும்போதும் அப்பாவின் வாசனை

என்னில் பரவும். சிறுமியாக இருக்கும்போது பலமுறை அப்பா வேலையால் வரும்போது ஓடிச்சென்று அப்பாவினை எட்டிப்பிடிப்பேன். அப்பாவின் வேர்வை வாசம் வீசிக்கொண்டிருக்கும். சைக்கிள் மிதித்து கொக்குவிலில் இருந்து நல்லூர் வரை அப்பா வியர்வை வழிய வேலைக்குப் போய் வருவார்.

அப்பா யாழ்மாநகரசபையில் கிளார்க் வேலையிலே இருந்தார். இறுதிவரை அதிலேயே கிடைக்கப்பெற்ற பதவியிலேயே இருந்தார். சிவப்பு நிறமான பிளாஸ்டிக் கூடையினை சைக்கிள் கைப்பிடியில் கொழுவிக் கொண்டு, சைக்கிளினை இறுக்கி மிதித்துக்கொண்டு போய்வருவார். ஞாயிற்றுக்கிழமைகளில் திருநெல்வேலி சந்தைக்கு மரக்கறி வேண்டச் செல்லும்போது நானும் அப்பாவோடு செல்வேன். சைக்கிள் பாரில் ஏறி அமர்ந்து கொண்டு என் தலை அப்பாவின் மார்பில் இடிக்க, சைக்கிளில் பயணிப்பது அலாதியான ஒன்று. அப்பாவின் வியர்வையில் இருந்து அந்தவாசம் வந்து கொண்டேயிருக்கும்.

எங்கள் வீட்டுக்குப் பின்னால் எக்கச்சக்கமான தென்னை மரங்கள் இருந்தன. சில்லென்று காற்றுவீச, மெல்லத் தென்னை ஓலைகள் அசைய, பூவரசு வேலிக்கு அருகில் நாங்கள் மரத்திலான தடிமான கதிரைகளைப் போட்டு விட்டு அமர்வோம். கதிரைகளில் சப்பாணியிட்டு நான் அமர்ந்திருப்பேன். சிறுமியாக இருக்கும்போது அப்பாவின் மடியில் அமர்ந்து நெஞ்சில் தலைசாய்த்து தோள் மூட்டுகளைப் பிடித்துக்கொண்டு அப்பாவை பேசவிட்டு அமர்ந்திருப்பேன். அப்பாவின் இதயத்துடிப்பு காதில் கேட்கும். சிலசமயம் தாடி மழிக்கப்பட்ட நாடியில் முளைவிட்ட அப்பாவின் மயிர்கள் என் கன்னங்களில் மெலிதாகக் குத்தி உரசும். காற்றில் கலையும் என் கூந்தலைத் தடவிக்கொண்டு அப்பா கதைத்துக்கொண்டு இருப்பார்.

அம்மாவோடு அப்பா கதைத்ததைவிட, என்னோடு கதைத்தது அதிகமாக இருக்கும். நான் வளரவளர அப்பா என்னோடு இன்னும் நெருக்கமாகப் பேசுவார். ஆனால், அப்பா எனக்குச் சொல்லாத ஒன்று இருந்தது. அம்மா அதனைத் தொடர்கதைபோல் வேகமாக பின்னொரு

நாளில் சொன்னாள். அம்மா அதனை மிகச் சாதாரணமாக எனக்குச் சொன்னது இன்னும் தெளிவான காட்சிகளாக நினைவிருக்கிறது.

அது அப்பாவின் இருபத்தியோராவது வயதில் நடந்த கதை. அப்போது அப்பா பிட்டக்கொட்டுவையில், நாலாம் குறுக்குத்தெருவிலுள்ள தானியங்கள் ஏற்றுமதி செய்யும் கடையில் கொஞ்ச காலம் கணக்குவழக்குகள் பார்த்துக்கொண்டிருந்தார். அக்கடை மூட்டை மூட்டை யாகக் களஞ்சியங்களை பத்திரப்படுத்தி, சிறுகடைகளுக்கு ஏற்றுமதி செய்யும் பெரிய கடையாகவிருந்தது. தாத்தாவின் நண்பர் ஒருவருக்கு வேண்டப்பட்டவரின் கடை என்பதால், சிபாரிசின்பேரில் அப்பாவுக்கு வேலை கிடைத்தது. கிழமைக்கு நான்கு நாள் அங்கேயே தங்கி வேலைபார்க்கவேண்டியிருந்தது. கொட்டுவையில் இருந்து வெள்ளிக்கிழமை பின்னேரம் இரவுத்தபால் புகையிரதத்தில் புறப்பட்டு யாழ்ப்பாணத்துக்கு அதி காலையில் வந்துசேர்வார். மறுபடியும் திங்கள் காலமை 'யாழ்தேவி'யில் புறபட்டு கொட்டுவை போய்ச்சேருவார். இந்தப் புகையிரதப் பயணத்தில்தான் அப்பா அந்தப் பெண்ணைக் கண்டாராம். சிவப்பு நிற சேலையுடுத்தி, நீல நிறமான நீண்ட பெண்களுக்குரிய கைப்பை தோளில் இருந்துவழிய, அந்தப்பெண் போய்வருவதினை திங்கள் தோறும் 'யாழ்தேவி'யில் கண்டார். காணும்போது எப்போதும் சிவப்புச் சேலையிலேயே அவள் இருப்பாளாம். யாழ்ப்பாணத்தில் இருந்து புறப்பட்டு வவுனியாவில் அவள் இறங்கிவிடுவாளாம்.

முதலில் அவளின் நீல கைப்பை அப்பாவின் கண்களில் விநோதமாகத் தட்டுப்பட்டதாம். 'அவளுக்கு நீண்ட கூந்தல்' என்று அப்பா ரசித்துச்சொல்வாராம் என்று அம்மா என்னை படியில் இருத்திவைத்து தலைமயிரைப் பின்னிக்கொண்டு சொன்னபோது அம்மாவின் முகத்தை நான் திரும்பிப் பார்த்தேன். நல்லெண்ணெய் வைத்து நன்றாகத் தேய்த்து, பொறுமையாக சீவி, நீண்ட ஒட்டைப் பின்னல் போட்டு அவள் இருப்பாளாம் என்று அம்மா சலனம் இல்லாமல் சொல்லிக்கொண்டு இருந்தாள். அம்மாவிடம் சிவப்பு நிறச் சீலை இருந்ததே இல்லை.

●

நான் உயர்தரம் படிக்கும்போது ஜெயந்தனைக் காதலித்தேன். சிவச்சந்திரன் என்ற பிரபல பௌதிகவியல் ஆசிரியர் உயர்தர மாணவர்களுக்கு பௌதிகவியல் படிப்பித்துக்கொண்டிருந்தார். நீண்ட பனைமரச் சிலாகில் குற்றிகள் பிணைக்கப்பட்டு வாங்குகள் தயாரிக்கப் பட்டிருந்தன. கிட்டதட்ட நானூறுக்கும் அதிகமான வர்கள் ஒரு பிரிவில் படித்துக்கொண்டிருந்தோம். அங்கேதான் ஜெயந்தனைச் சந்தித்தேன். மெலிதான மீசை அவனின் உதட்டில் படர்ந்திருக்கும். தலையை எப்போதும் மேவியிழுத்து காற்றில் கலைய வருவான். ஒவ்வொரு முறையும் என்பின்னால் வரும்போது நான் கவனிக்கத் தொடங்கினேன். அப்பா வேண்டித்தந்த லுமாலா சைக்கிளினை மிதித்து செல்லும்போது நான் செல்லும் வீதிகளுக்குப் பின்னால் அவன் வந்து கொண்டிருந்தான். பத்தடி தள்ளி இடைவெளிவிட்டே நாகரிகமாகப் பின்தொடர்ந்து தனது சைக்கிளில் வந்து கொண்டிருப்பான். ஒழுங்கைகளுக்குள் நுழையும்போது மட்டும் எனக்கு அருகில் சைக்கிளில் சமாந்தரமாக நெருங்கிவந்து தொண்டை கரகரக்கப் பேசமுயல்வான். முதலில் நான் பயந்தேன். இரண்டாம் நாள் அவனைப் பார்க்க பயம்போய் சிரிப்பு எஞ்சத்தொடங்கியது. அந்தச் சிரிப்பு மூன்றாம் நாளில் அவன்மேல் பரிதாபமாக மாறத் தொடங்கியது.

தினமும் எனக்காகப் பின்னால் சலிப்பில்லாமல் வரத் தொடங்கினான். அவனின் உடைகள் கச்சிதமாக இருக்கும். இறுக்கமான கால்தசைகளைக் கவ்விப்பிடிக்கும் நீளக் காற்சட்டையும் பொருத்தமான வண்ண நிறத்தில் தெரிவு செய்யப்பட்ட முழுக்கைச் சட்டையை கைமுழங்கைவரை மடித்துவிட்டும் அவன் வருவான். அவன் கண்களில் மிகுந்த தயக்கம் இருந்தது. வகுப்பு முடிய ஆண்களே சைக்கிளினை எடுத்துக்கொண்டு முதலில் வீடு செல்வார்கள். ஆண்கள் எல்லோரும் சைக்கிள் எடுத்து முடிய பெண்களை வகுப்பில் இருந்து வெளியேற விடுவார்கள். சில பொடியன்கள் ஒழுங்கை கரையில் நிற்பார்கள், அவர்களுக்குத் தேவையானவர்கள் செல்லும் வரை. நான் செல்லும் பாதையில் மௌனமாக மெல்ல மெல்லமாக ஜெயந்தன் சைக்கிளினை மிதித்துச் சென்று கொண்டிருப்பான். நான் வேகமாக அவனை முந்திச்

செல்வேன். அவனுக்குப் பின்னால் செல்லும்போது அவனது உடைகளை உற்றுக்கவனிப்பேன். தன் உடல் வாகுக்கு மிகப்பொருத்தமான அளவுகளில் உடைகளைத் தேர்வுசெய்யும் நேர்த்தியைப் பார்த்து வியந்து கொண்டிருந்தேன். என் அப்பாவும் அப்படித்தான் உடையணிவார்.

மதனுக்கும் ஜெயந்தனுக்கும் இடையில் நிறைய வித்தியாசங்கள் இருந்தன. மதன், அதிகம் உடையலங் காரத்தில் கவனம் எடுத்துக்கொள்ள மாட்டான். சோம்ப லாகவே செயல்படுவான். சிவந்த மேனி. நீண்ட மூக்கு. ஏறத்தாழ மூன்று நாளுக்கு ஒருமுறைதான் பள்ளிக்கூடம் வருவான். பத்தாம் ஆண்டின் நடுப்பகுதியில் எங்கள் பாடசாலைக்கு இடப்பெயர்வின் பின் புதிதாகப் படிக்க வந்தான். தயக்கம் கலந்த கண்களை நேருக்குநேராக முதலில் பார்த்தேன். அதிகம் கதைத்துக்கொள்ளாமல் இருந்தாலும், கொஞ்சநாளில் அவனும் கதைக்கத் தொடங்கினான். அவனின் கதையில் எப்போதும் மென்மைத்தனம் இருக்கும். அவன் உடல் நெளிவுகள் பெண்மையோடு வெளிப்படும். பிடரியில் சடையாக வளர்ந்துள்ள முடிகளை கதைக்கும்போது கைகளால் கோதிக்கொண்டு கதைப்பான்.

‘அந்தப் பிள்ளை ஏன் இப்படி இருக்கு?’ என்று நண்பிகள் அவன்மேல் பொறாமைப்பட்டார்கள். அவன் என்னோடு மட்டும் கட்டுக்கடங்காமல் கதைக்கத் தொடங்கினான். ஆண்கள் ஒரு வரிசையிலும் பெண்கள் ஒரு வரிசையிலும் இருப்போம். ஆனால், இடைவேளை நேரம் நாங்கள் மாறிமாறி அவர்களுக்குப் பக்கத்தில் இருந்தும் கதைப்போம். கதைக்கும்போது என் இரட்டை சடை ஆடிக்கொண்டு இருப்பதினை அவன் பார்த்துக்கொண்டு இருப்பான். அவன் என்னோடு பழகி நான்காவது மாதத்தில் அவனுக்கு நான் கடிதம் கொடுத்தேன். நான் அக்கடிதத்தை கொடுக்கும்போது என் நண்பிகளுக்கு அப்போது பொறாமையாக இருந்தது. இப்போதும் சரியாகத் தெரியாவிட்டாலும் அவனிடம் இருந்த பெண்மைதான் கவர்ந்ததாக இருக்கலாம்.

அது வருடத் தொடக்கத்தின் பாடசாலை விளையாட்டுப் போட்டி நிகழும் சமயம். சனிக்கிழமை அன்று நாங்கள்

பயிற்சிக்கு மைதானத்தில் எங்கள் வகுப்பும் ஒன்பதாம் வகுப்பு மாணவர்களுமாகக் கூடியிருந்தோம். தண்ணீர்க் குழாயடியில் தண்ணீர் குடிக்கச் சென்றபோது மதன் தனியே தண்ணீர் குடித்துவிட்டு, முழங்காலைக் கழுவிக் கொண்டிருந்தான். என்னவென்று வினவ, முழங்காலில் காயம் ஏற்பட்டுவிட்டதாகக் காட்டினான். சிவந்த புண் தோலுரிந்திருந்தது. சுற்றுமுற்றும் பார்த்துவிட்டு, என்னைச் சட்டென்று இறுக்கிக் கட்டியணைத்தான். என் உடல் ஒருமுறை குளிர்ந்து அடங்கியது.

•

வேகமாகப் பறந்துவந்த கொக்கு யன்னலில் அடிபடுவது போல் வந்து சுதாகரித்து வேகமாக, வளைவாகத் திரும்பிப் பறந்துசென்றது. யன்னல் கரையில் நின்ற நான் திடுக்கிட்டுப் பார்த்தேன்.

தோய்க்கவேண்டிய சட்டைகளையும், வேறு உடைகளையும், காலுறைகளையும் கழற்றி ஹேங்கருக்குக் கீழ் அவர் வைப்பார் அல்லது வேலையால் வந்தவுடன் மேல்சட்டையைக் கழற்றி குஷன் இருக்கையின்மேல் போடுவார். ஹேங்கருக்குக் கீழ் இருந்த உடைகளை எடுத்துக்கொண்டு சலவை இயந்திரத்தை நோக்கிச் சென்றேன்.

ஆறுமணிக்குப் பிறகுதான் ஹரி வேலைத் தளத்தால் திரும்புவார். குளித்துவிட்டு மதிய சாப்பாட்டிற்கு அரிசியை மின்னடுப்பில் போட்டுவிட்டு நீண்ட எல்.ஈ.டி தொலைக்காட்சிக்கு முன் வந்தேன். ஹரியைச் சுற்றி அப்பாவின் நினைவு சம்பந்தமில்லாமல் வந்தவாறிருந்தது.

ஏதோவொரு கட்டத்தில் நானும் அப்பாவும் அதிகம் பேசமால் விலத்திக்கொண்டோம். இல்லையில்லை அவரே விலத்திக்கொண்டார். அது எப்போது நடந்தது என்று யோசித்துப் பார்த்தேன். மிக நுட்பமாக அது விடுபட்டிருந்தது உறைத்தது. பலமுறை இராணுவம் எங்கள் வீட்டுக்கு வந்து போனார்கள். எனக்கும் அப்பாவுக்கும் இடையில் அதிகம் பேசாத் தன்மை அப்போதுதான் உருவாகியதாக இருக்கவேண்டும். இதுவரை இருந்த இயல்புநிலை வீழ்ந்ததுபோல் இருந்தது. இரண்டு முறை அப்பாவை விசாரணை என்ற

பெயரில் படைத்தள தலைமையகத்துக்கு அழைத்துச் சென்றார்கள். சீலன் அண்ணா முத்திரைச் சந்தியடியில் வைத்து சுட்டுக்கொலை செய்யப்பட்டிருந்தார். அப்பாவின் முகம் விறைத்தபடி இருக்கும். என்னோடு அதிகம் கதைக்கவும் மாட்டார். ஏதோவொன்றை நினைத்துக் கடுமையாக யோசித்துக்கொண்டு கதிரையில் இருப்பார்.

•

அப்பா, அந்தப் பெண்ணை தினமும் சந்தித்தபோது அவர்மேல் காதல் அரும்பத் தொடங்கியதாம். ஆனால், ஒருநாள் கூடப் பேசியது இல்லையாம். ஒருநாள் எதிர் எதிர் இருக்கைகளில் நேருக்குநேர் பார்த்துக்கொண்டு அவர்கள் இருவரும் புகையிரதப் பெட்டியில் அமர்ந்திருக்கவேண்டி ஏற்பட்டது. அப்பாவுக்கு நேராக அவள் ஒற்றைப் பின்னல்போட்ட நீண்டக் கூந்தலை கழுத்துக்கு முன்னால் சுழற்றிப் போட்டுவிட்டு சீலையில் அமர்ந்திருந்தாள். அப்பா அவளுடைய கைப்பையையும் கைக்கடி காரத்தையும் இறுதிவரை பார்த்துக்கொண்டு இருந்தார். அவர்களுக்கு இடையில் எந்த உரையாடலும் இல்லாமல் இருந்தது. ஒவ்வொரு ரயில் பயணமும் வெவ்வேறு கோணங்களுடன் கழிந்துகொண்டே இருந்தது. இறுதியாக அப்பாவுக்கு யாழ்ப்பாணத்தில் மாநகரசபையில் வேலை கிடைத்தது. கொட்டுவை வேலையையும் விடவேண்டிய தாகியது. பயணங்கள் நிரம்பிய ஒரு சுமையில் இருந்து விடுவித்துவிட்டதாக தாத்தா குதூகலப்பட்டார். அப்பாவுக்கு அந்தக்குதூகலம் இல்லாமல் இருந்தது. ‘சிவப்புச் சேலையும் நீல கைப்பையும் அவர் பிரஞ்சையில் எஞ்சி ஈரமாக வடிந்திருந்தது’ என்று அம்மா சொன்னார்.

அப்பா கொழும்பில் இருந்தபோது சிங்களம் சரளமாகப் பேசக் கற்றுக்கொண்டார். உச்சரிப்பில்கூட சிங்களவர்கள் போலவே அப்பாவால் பேசமுடியும் என்று பலர் வியந்து அப்பாவைப் புகழ்வார்கள். சிங்களத்தில் நன்கு தேர்ந்த தமிழர்கள் சிங்களம் கதைத்தால் இருக்கும் சிறிய நுணுக்கமான வித்தியாசம்கூட அப்பாவின் பேச்சில் இருக்காதாம் என்று என் காதுபடவே பலர் சொல்வார்கள். அதில் முக்கியாமனவர் சீலன் அண்ணா. சீலன் அண்ணா அடிக்கடி அப்பாவைச் சந்திக்க வருவார். அவரைச்

சந்திக்க வரும்போது அப்பாவும் அவரும் மெலிதான குரலில் கதைத்துக்கொண்டு இருப்பார்கள். நானும் அம்மாவும் தள்ளியே இருப்போம். அப்பா சீலன் அண்ணாவுக்கு நிறையக் கடிதம் எல்லாம் எழுதிக் கொடுப்பார். அடிக்கடி பின்னேரம் சீலன் அண்ணாவுடன் போய்வருவார். அம்மா 'ஏன் அந்தப் பொடியளுக்கு சிங்களம் படிப்பிக்க போறியள்... தேவையில்லாத பிரச்னை வரும்' என்று அடிக்கடி சண்டை போட்டுக் கொள்வார். அப்பா பெரும்பாலும் அம்மாவுக்கு பதிலளிப்பது இல்லை. மௌனமாகவே கடந்துவிடுவார். சீலன் அண்ணா சுடப்பட்டதும், அப்பா மிகவும் உருக்குலைந்து போனார்.

•

ஜெயந்தன் மீண்டும் அழைத்தான். சரியாக நாலுமணிக்கு வரச் சொன்னான். முச்சக்கர வண்டி ஒன்றைப் பிடித்து அங்கே சென்றேன். தேகம் வியர்த்திருந்தது. வெளிக் கதவருகே ஜெயந்தன் நின்றுகொண்டிருந்தான். என்னைக் கண்டு புன்னகைத்து உள்ளே அழைத்துச்சென்றான். அவளைக்கண்டு திடுக்கிட்டேன். அவன் மனைவி, கண்ணாடி மேசையில் கன்னத்தை இரு கைகளாலும் ஊன்றிக் காத்திருந்தாள். மெலிதான பொறாமை கிளர்ந்து எழுந்தது.

'ஹாய்...' என்றாள்.

நானும் பதிலுக்கு புன்னகைத்துக்கொண்டு அதையே சொன்னேன். என்னாச்சு... உறவினரைப் பார்க்கப் போகவில்லையோ... கணவனைத் தனியே அனுப்ப ஏதும்... சே ச்சே... ஏதோ... நமக்கு என்ன? நான் எதையும் கேட்காமல் அமைதியாக முகத்தை வைத்திருந்தேன். ஜெயந்தன் என்னைப் பார்த்து சிரிப்பதில் அநாவசியத் தன்மை இல்லாமல் இருப்பதாக நினைத்துக்கொண்டேன்.

மெலிதான மஞ்சள்நிற ஒளி எங்களின் மேசையைச் சுற்றி மின்குமிழினால் பரவவிடப்பட்டிருந்தது. என் கண்களை அவன் கண்கள் வளைந்து நெளிந்து ஊடுருவின. சட்டென்று கண்களைத் தாழ்த்திக்கொண்டேன். பின் நிமிர்ந்து பார்த்தேன். என்னைப் பார்த்து அவன் சிரித்தான். அவன் கண்கள் என் கண்களைச் சந்தேகம் இல்லாமல்

மறுபடியும் ஊடுருவின. பன்னிரண்டு ஆண்டுகளுக்கு முன்னர் எனது கண்கள் வேறுவடிவில் ஜெயந்தனை இன்பமாக உரிமையுடன் ஊடுருவி இருந்தன. அந்தக் குளிரூட்டப்பட்ட ரெஸ்டாரன்ட்டிலும் எனக்கு சாதுவாக வியர்த்ததுபோல் இருந்தது. இப்படித்தான் யாழ்ப் பாணத்திலுள்ள பெரிய கடை வீதியிலுள்ள மலயான் கபேயில், ஒருநாள் அவனின் பலந்த கெஞ்சுதலுக்காக பயந்து பயந்து, தயங்கி, வெட்கப்பட்டு அவனுடன் இருவரின் தோள் மூட்டுகளும் இடிக்கும் வகையில் டியூட்டரி கொப்பியை மடியில் வைத்துக்கொண்டு அமர்ந்து வடையும் சம்பலும் தொட்டுச் சாப்பிட்டது நினைவில் வந்தது. வெள்ளவத்தை கடற்கரையை ஒட்டிய காப்பட் சாலையில் வாகனங்கள் காற்றை உராய்ந்து கொண்டு மிகைவேகத்தில் சென்றுகொண்டிருந்தன. அருகிலிருந்த கண்ணாடியால் பார்க்க கடற்கரையும் அதனை மறைக்க முயலும் தாழ்வான மரங்களின் கிளைகளும் தென்பட்டுக்கொண்டிருந்தன.

கறுப்பு நீளக் காற்சட்டையும் பச்சை மேற்சட்டையும் இறுக்கமாக அணிந்த பரிமாறுநர் அருகில் வந்து 'மொகத ஓடர் சேர்?' என்று புன்னகைத்தான்.

'என்ன சாப்பிடுவம்?' மெனு கார்டை குனிந்து பார்த்துக் கொண்டு கேட்டான்.

'நீங்க சொல்லுங்க...' என்றேன்.

'ஏதும் குடிப்பமோ?'-அவன் என் முன்னால் மெனு கார்டை நகர்த்தினான்.

'எனக்கு ஏதென்றாலும் சரி, நீங்க சொல்லுங்கோ...' அவன் மனைவியைப் பார்த்துச் சொன்னேன். அவன் மனைவி, தலை மயிரை மேவியிழுத்து பின்னால்விட்டு, கூந்தலாக முடிச்சுப் போடாமல் கேசத்தை அலைய விட்டிருந்தாள். கன்னங்கள் திருப்பிவைத்த வளைவான புதிய கரண்டிபோல் பளபளப்பாக இருந்தன. மெலிதான கிரானைட்கற்கள் மினுங்கும் தோடுகள் கன்னங்களில் சுருண்டு வளர்ந்திருந்த கேசத்தின் இடைவெளியூடாகத் தென்பட்டன. ஜெயந்தனின் மனைவி என்னைப் போலவே கழுத்தில் மெலிதான சங்கிலி அணிந்திருந்தாள். ஆனால், அவளுடையது டயமெண்டாக இருக்கவேண்டும்.

நாங்கள் மூவரும் பேசிக்கொண்டிருந்தோம். கிளாஸ் முழுவதும் நிரப்பப்பட்ட வோட்டர்மிலோன் பழ ரசத்தைக் குடித்துக்கொண்டு அவன் தன் அவுஸ்திரேலிய வாழ்க்கையைப் பற்றிச்சொல்லத் தொடங்கினான். அவன் மனைவி என்னைப்பற்றியும் கேட்கத் தொடங்கினாள். நன்கு பதப்படுத்தப்பட்ட கோழி இறைச்சி அடைக்கப்பட்ட சாண்ட்விச்சை மெல்வதுகூட எனக்குக் கடினமாகத் தோன்றியதுபோல் இருந்தது. அப்போது ஜெயந்தனிலிருந்து வீசிக்கொண்டிருக்கும் ஃபெர்ஃப்யும் வாசனையிலிருந்து அவனின் வியர்வை வாசம் கசிந்ததை உணர்ந்தேன். அந்த வாசனை ஒரு ஏவுகணைபோல் எழும்பிப் பறந்தது.

ஜெயந்தனை அப்போது சந்திக்கும்போது அவனின் சேர்ட்டில் இருந்து வீசும் வாசம் ஆண்மையாக இருக்கும். அது, அப்பாவின் வாசனைதான் என்று நம்பிக் கொண்டிருந்தேன். இறுதியில் அப்பா இறந்து இறப்பு வீட்டில் படுக்கவைக்கப்பட்டிருந்தபோது, ஊதுவத்தி வாசனை களும் வீட்டு விறாந்தை முழுவதும் நிறைந்திருந்தன. நான் அழாமல் இருப்பதை நம்ப முடியாமலும், ஏன் அழுகை வரவில்லை என்று யோசித்துக்கொண்டும் இருந்தேன். மூன்று வருடங்களின் பின் அப்பா புகையிரதத்தில் சந்தித்த அந்தப் பெண்ணை சந்தித்துக்கொண்டார். அப்போது அப்பா பேசினார். அவளும் நீண்ட நாள் சிநேகிதம்போல் தடங்கல் இன்றிப் பேசத் தொடங்கினாள். அப்பா கடைசிவரை அவள் காதலித்தாளா என்று கேட்கவும் இல்லை, தான் காதலித்ததாகச் சொல்லவும் இல்லை. அதனை எனக்கு அம்மா சொன்னபோது கண்கள் அகலமாக விரியக் கேட்டுக்கொண்டிருந்தேன். அப்பா கடைசிவரை தன் காதலை என்னிடம் சொன்னதே இல்லை. நானும் சொன்னதும் இல்லை. அப்பாவின் இறப்புவீட்டிலும் அப்பாவின் உடலைப்பார்த்து அதனையே மீண்டும்மீண்டும் நினைத்துக் கொண்டிருந்தேன்.

வேலைத் தளத்தில் இருந்து வரும்போது அப்பா சுடப்பட்டார். நானும் அம்மாவும் போய்ப் பார்த்தபோது அப்பா சைக்கிள்மேல் குப்புற வீழ்ந்திருந்தார். அவர் அணிந்திருந்த சட்டை ரத்தத்தில் சிவப்பு நிறமாகி, காய்ந்துபோய் இருந்தது. அருகில் சிவந்த பிளாஸ்டிக் கூடை அநாதரவாகக் கிடந்தது. அம்மா கதறியழுது மயங்கி வீழ்ந்திருந்தார். அப்பாவின் உடல் அருகில்

செல்லும்போது அந்த வாசனை இல்லாமல் ரத்தத்தின் வாசனை வந்தது என் குடலை புரட்டத் தொடங்கியது.

ஜெயந்தனின் வாசனை இப்போதும் அப்படியே இருந்தது. ஆனால், அது அப்பாவின் வாசனையில்லை என்பதை ஒரு கணத்தில் உணர்ந்தேன். வீடு திரும்பி வரும்போது அவன் மனைவியுடன் அவனைச் சந்தித்து விட்டு வருவதை நினைக்கும்போது என் கண்கள் மெலிதாகக் கசிந்து, அப்பாவின் வாசனையை நினைவு படுத்திக்கொண்டிருந்தன. ஹரி, ஜெயந்தன் இருவர்மீதும் இருந்துவரும் வாசனையும் வித்தியாசம் இல்லாமல் இருப்பதினை வெறுப்புடன் உணர்ந்தேன். அழுகை வெடித்து வந்தது. கண்களில் இருந்து வழியும் கண்ணீர் உதட்டில் உப்புச்சுவையை உணர்வித்தது. வாயைப் பொத்திக்கொண்டு என் அடுக்கு குடியிருப்பை நோக்கிச் செல்ல யாரும் பார்க்க முதலில் ஓடிச்சென்று லிஃப்ட்டில் நுழைந்தேன்.

குளியறையில் சென்று தனிமையில் அழுதேன். தொண்டை விக்கி அடைத்தது. அப்பாவின் சிவப்பு ரத்தம் அவரின் சட்டை முழுவதும் நனைந்து இருக்க, ரத்த வாசனையுடன் அந்த வாசனையும் படிப்படியாக வர, மதன் பிடரியைக் கோதிக்கொண்டு தண்ணீர்க் குழாயடியில் என்னைக் கட்டிப்பிடித்த விம்பம் நினைவுக்குவர, ஜெயந்தனின் வாசனையும் மலயான் கபேயில் வடையை அங்காலும் இங்காலும் பார்த்துவிட்டு சட்டென்று எனக்கு அவன் தீத்திட்டிவிட்டது நினைவுக்கு வந்தது. அப்பாவின் கூடை சைக்கிளில் இருந்து தள்ளி விழுந்திருந்தது. ஏன் அழுகிறேன் என்று தெரியாமல் நீண்ட நேரம் அழுதேன். முகத்தை நன்றாகக் கழுவிவிட்டு வெளியேவர ஹரியும் உள்ளே வந்தார். தொண்டை எரிந்துகொண்டிருந்தது.

‘ஏன் முகம் ஒரு மாதி இருக்கு... டீ போட்டாச்சா?’ ஷோபாவில் அமர்ந்துகொண்டு காலுறையை கழற்றத் தொடங்கினார். நான் மௌனமாக அவரைப் பார்த்துக் கொண்டு சுவரில் சாய்ந்து நின்றேன்.

‘எங்க வெளில வெளிக்கிட்டிட்டீர்போல...’ சீலையை மாற்றாமல் நின்ற என் கோலத்தைப் பார்த்துக்கொண்டு

கேட்டார். அவர் அருகில் சென்று கழற்றிய அவர் காலுறைகளை எடுத்தேன். மேல்சட்டையைக் கழற்றி குஷன் இருக்கையில் வைத்துவிட்டு உள்ளறைக்குச் சென்றார். வேர்வையில் தோய்ந்த மேல்சட்டையையும் எடுத்தேன். அதில் இருந்து கசிந்த அந்த வாசனையை நுகர உலுக்கமாக திடுக்கிட்டேன். அந்தச் சட்டையைப் பார்க்க வெறுப்பு ஆழமாகக் கசிந்து தகித்தது. அது என்றும்போல் அப்பாவின் வாசனைக்கு கொஞ்சமும் சம்மந்தமில்லாமல் இருந்தது. நடுங்கும் கைகளால் தூக்கி வாளிக்குள் போட்டேன். எதற்கு என்ன வேண்ட வேண்டும் என்று தெரியாமல் வெளியே சென்றேன் என்று யோசிக்க அழுகை மறுபடியும் வந்தது. கைப்பையை தோள்மூட்டில் கொழுவிக்கொண்டு வெளியே மீண்டும் விருட்டெனப் புறப்பட்டேன். அறைக் கதவின் இடைவெளியில் தென்பட்ட நிலைக் கண்ணாடியில் என் விம்பத்தைப் பார்த்தேன். சிவப்பு நிறச் சீலையில், நீல நிறமான நீண்ட கைப்பை தோள் மூட்டில் இருந்து வழிந்துதொங்கிய என் விம்பத்தை அது காட்டியது. ஏதோவொன்றை வேண்ட வேகமாகப் படியால் கீழிறங்கிச் செல்லத் தொடங்கினேன். அப்பாவின் வாசனை மறுபடியும் என் நினைவில் வந்துகொண்டிருந்தது.

நானூறு ரியால்

ஏஜென்ட் தொலைபேசியில் அழைத்துச் சொன்னார், இந்த முறையும் இது சரிவராது என்பது தெளிவாகி விட்டது. சவுதியில் இருந்து வெளியேறிவிடுவதுதான் பாதுகாப்பானது. ஏஜென்ட் பத்து நிமிடங்களில் ஸ்ரீலங்காவுக்கு விமானப் பயணச்சீட்டை ஏற்பாடு செய்து. மின்னஞ்சலில் அனுப்பிவைத்தார். பிரின்ட் எடுத்து வைத்தேன். இன்னும் நான்கு மணி நேரத்தில் விமானம் புறப்படுகின்றது. மூன்று மணித்தியாலத்துக்கு முன்னர் விமானநிலையம் செல்ல வேண்டும். டாக்ஸி பிடித்து, விமான நிலையம் வந்தபோது கழுத்துவியர்த்திருந்தது. விசாவைப் பார்த்தேன். சவுதிக்கான விசா முடிவடைந்து இரண்டு நாள்கள் கழிந்திருந்தது உறைத்தது. என்ன செய்யலாம்? தண்டப்பணம் கட்டினால் சரி. எவ்வளவு என்று தெரியவில்லை. விமான நிலையத்தில்தான் கேட்க வேண்டும். பொக்கட்டை தட்டிப்பார்த்தேன். டாக்ஸிக்கான கட்டணம் போக பத்து டொலர் மிச்சம் இருந்தது. இது போதுமா? வயிற்றில் பயம் கிளர்ந்து எழுந்தது.

குடியகல்வு வரிசையில் நிற்கும்போது சுற்றுமுற்றும் பார்த்தேன். பன்னிரண்டு கவுன்ட்டர்கள் இருந்தன. எந்தக் கவுன்ட்டரில் நிற்பது என்று புரியவில்லை. கொஞ்சம் நிதானமாக கழுத்தைச் சுழற்றிப் பார்த்தேன். பொதுவாக நிறைய இலங்கைத் தமிழர்கள், முஸ்லிம்கள் எல்லா

வரிசையிலும் நிற்பது தெரிந்தது. இன்ஜினீயர்களாக இருக்கவேண்டும். சவுதியில் எக்கச்சக்கமான ஸ்ரீலங்கன் சிவில் இன்ஜினீயர்கள் வேலைசெய்கிறார்கள். கொஞ்சம் மனநிம்மதியாக இருந்தது. பெண்ணொருவர் கடமையில் இருக்கும் கவுன்ட்டரின் வரிசையில் போய் நின்றேன். பெண்கள் கருணைமிக்கவர்கள் என்பதில் எனக்குக் கொஞ்சம் நம்பிக்கை இருந்தது. கவுன்ட்டர் வரிசை கொஞ்சம் கொஞ்சமாக முன்னேறியது. விசாவைப் பரிசோதித்து, நிதானமாக நாட்டைவிட்டு வெளியேறு வதற்கான சீலை குத்திக்கொண்டிருந்தார்கள். வரிசை நகர மெல்ல மெல்ல தயக்கமாகவும் பயமாகவும் இருந்தது.

என் முறைவந்தது. கடவுச்சீட்டை தன் நீண்ட விரல்களால் புரட்டி விசாவைக் தேடிக் கண்டறிந்து பார்த்தார். என் கன்னங் களில் வியர்வை சூடாக வழிந்ததை உணர்ந்தேன். நிமிர்ந்து பார்த்து, ஆங்கிலத்தில் சொன்னார்.

'விசாவில் அனுமதிக்கப்பட்ட நாள்களைவிட இரண்டு நாள்கள் அதிகமாகத் தங்கியிருக்கிறீர்கள்; நானூறு ரியால்கள் கட்டவேண்டும். அங்கேயிருக்கும் கவுன்ட்டரில் பணத்தைக் கட்டிவிட்டு பற்றுச்சீட்டோடு வாருங்கள்...' கடவுச்சீட்டை திருப்பித்தந்தார். அவர் சுட்டிய திசையில் இருந்த கவுன்ட்டரை நோக்கிச் சென்றேன்.

பத்து டொலர் நானூறு ரியாலுக்குப் போதாது என்பது தெளிவாகப் புரிந்தது. அதைப்போல பத்துமடங்கு டொலர் வேண்டும்; என்ன செய்யலாம் என மூளை திடீரென்று செயலிழந்து நிற்பதை உணர்ந்தேன். கட்டுவதற்குப் பணம் இல்லையெனில், அவர்களுக்குத் தெளிவாகத் தெரிந்து விடும், நாட்டிலிருந்து களவாக வேறு நாட்டுக்குச் செல்லத்தான் வந்திருக்கின்றேன் என்பதை சந்தேகமின்றி புரிந்துகொள்வார்கள். நிச்சயம் சிறைதான். சவுதி சிறையை நினைக்கவே தேகம் பதறியது. உதடுகள் இறுகின.

பணம் கட்டும் கவுன்ட்டரை நோக்கிச் சென்றேன். செல்லும்போதுதான் புரிந்தது முன்னால் நீண்ட கண்ணாடி அடிக்கப்பட்டிருக்கின்றது. வாசலில் காவலாளி ஒருவர் இருந்தார். பின்னால் கையை குறுக்காகக்கட்டி நிமிர்ந்து விறைப்பாக நின்றார். அவரைப் பொருட்படுத்தாமல்

கதவைத்தாண்டிச்செல்ல முற்பட்ட என்னைக் கையை நீட்டி தடாலடியாக மறித்தார்.

‘பணம் செலுத்த வேண்டும்.’

‘என்ன பணம்?’

‘கூடுதலாக இரு நாள் நின்றுவிட்டேன்.’

அவர் என் கடவுச்சீட்டை வேண்டிப்பார்த்தார். பெரு விரலால் கொஞ்ச நேரம் விசா குத்திய சீலை அழுத்திப் பார்த்தார்.

‘முதல்லே பணம் கட்டிவிட்டு உள்ள வரவேண்டும்... உனக்குத் தெரியாதா?’

நான் முழித்துக்கொண்டு நின்றேன். கடவுச்சீட்டை புரட்டிப்புரட்டிப் பார்த்தார்.

‘ஸ்ரீலங்கனா நீ?’

‘ஓம்...’

‘இருபத்தி மூன்று வயசு...ம்ம்... இங்கே எங்கே தங்கியிருந்தாய்?’

எனக்கு எரிச்சல் கிளம்பியது. இவன் யார் என்னை நோண்ட. இவனும் குடியகல்வில் இருப்பானோ. நான் அழுத்திச் சொன்னேன். ‘விடுமுறைக்காக வந்திருந்தேன், துபாயை சுற்றிப்பார்க்க. விசா முடிவடைந்ததை கவனிக்க வில்லை. இப்போது பணம் கட்டச் செல்கின்றேன்... குடியகல்வு அதிகாரி இங்கேபோய் கட்டச்சொன்னார். என்னை விடுங்கள்...’ அழுததையும் மீறி என் குரல் நடுங்கியதை உணர்ந்தேன்.

அவன் முகம் மாறியது. கடவுச்சீட்டை என்னிடம் தந்தான். ‘இந்தக் கதவைத் திறக்க எனக்கு அனுமதியில்லை... நீ அங்கேயிருக்கும் அதிகாரிகளோடு போய்க்கதை...’

திரும்பவும் கவுன்ட்டரில் அமர்ந்திருந்த பெண்ணை நோக்கிச் சென்றேன். வரிசையில் நிற்காமல் குறுக்காக பாம்புபோல் நெளிந்து அவரிடம் சென்று நடந்ததைச் சொன்னேன். நீள விழிகளால் என்னை ஊடுருவிப்

பார்த்துவிட்டு, சலிப்படைந்ததுபோல் கண்களைச் சுருக்கி விரித்துவிட்டு இன்னுமொருவரைக் கூப்பிட்டு, என்னுடன் அனுப்பினார். அவரும் குடியகல்வுபிரிவில் இருக்க வேண்டும்; அவர் முன்னே நடக்க, பதுங்கிய முயல்குட்டி போல் அவரின் பின்னே சென்றேன்.

அவருடன் கடமையிலிருந்த அந்தக் காவலாளி பொறுமை யாக ஏதோ கதைத்தான். பிற்பாடு கதவைத் திறந்து விட்டான். நன்றியோடு என்னை அழைத்து வந்தவரின் முகத்தைப் பார்த்துக்கொண்டு கவுன்ட்டரை நோக்கிச் சென்றேன். அந்தக் கவுன்ட்டர் வெறுமையாக இருந்தது. நான் தயக்கத்துடன் எட்டிப்பார்த்தேன். உள்ளே இருந்தவர் கையை நீட்டினார். கடவுச்சீட்டைப் புரட்டிப்பார்த்து விட்டு, நானூறு ரியால்' என்றார். பத்து டொலரைச் சுருட்டி நீட்டினேன்.

'டொலர் எடுக்க மாட்டோம்... ரியால்தான் வேணும்.' அவர் என் பத்து டொலரை கவனிக்கவில்லை. டொலர் நோட்டுகளாகத்தான் நினைத்திருப்பார். வெளியே போய் மாற்றிக்கொண்டு வரச்சொன்னார்.

எங்கே வெளியே செல்வது? வெளியே சென்றாலும், ரியாலாக மாற்ற இந்த டொலர்கள் போதாதே. என்ன செய்வது? தேகம் குளிரையும் பொருட்படுத்தாமல் வியர்த்தது. யாரைத் தெரியும் எனக்கு. ஏஜென்ட்டுக்கு கைத்தொலைபேசியால் அழைத்துப்பார்த்தேன். தொலைபேசி அணைந்திருந்தது. கட்டற்ற பயமும் அழுகையும் எழுந்தது. பக்கத்தில் இருந்த இரும்பு இருக்கையில் அமர்ந்தேன்.

லண்டனில் இருக்கும் மாமாவுக்கு எடுத்துப் பார்க்கலாமோ என்று தோன்றியது. இந்தப்பயணம் முழுவதுக்குமான பணத்தைத் தந்ததும் மாமாதான். எப்படியாவது இந்த ஸ்ரீலங்காவைவிட்டு வெளியேறினால் போதும் என்றிருந்த போது, அதற்கு உதவிசெய்ய வந்தது மாமாதான். சுவிஸ்ஸுக்குப் போய் கார்டு எடுத்துவிட்டு, மாதா மாதம் உழைத்து, தந்த பணத்தைத் திருப்பிக்கொடுத்துவிடலாம் என்று நினைத்திருந்தேன்.

மாமாவின் இலக்கத்துக்கு அழுத்தினேன். ரிங் போய்க் கொண்டிருந்தது. தொலைபேசி மெசேஜை பதிவுசெய்யச்

சொன்னது. மீண்டும் மீண்டும் அழைத்தேன். 'எடுமாமா எடுமாமா...' என் மனம் அலறிக்கொண்டிருந்தது. மாமா எடுக்கவேயில்லை. மாமாவின்மீது கட்டுக்கடங்காத எரிச்சலும் கோபமும் கிளர்ந்து எழுந்தன. 'சனி மாமாவே எடுத்து தொலைடா...'அழுகை விம்மி எனக்குள் வெடித்தது.

நானூறு ரியால் வேணும். எப்படியாவது வேணும். இன்னும் ஒரு மணி தியாலத்துக்குள். என்ன செய்யலாம்? கவுன்ட்டரில் இருந்த வரிசைகள் நகர்ந்து கொண்டிருந்தன. எக்கச்சக்கமான பயணிகள் வந்தவாறே யிருந்தனர். யாருக்குமே கவலைப்படாமல் அந்தக் கண்ணாடிக்கூடம் இயங்கிக்கொண்டிருந்தது.

தொலைபேசி சத்தமிட்டது. பொக்கட்டில் தட்டிப்பார்த்து தொலைபேசியை திடுக்கிட்டு எடுத்தேன். மாமாதான். ஒளிரும் திரையில் பெயரைப்பார்த்து ஒருகணம் ஆசுவாசம் அடைந்தேன். ஆனந்த அலைகள் ஆர்ப்பரித்து எழுந்தன.

'மாமா...'

'என்னடா... ஏழெட்டு தரம் அடித்திருந்தா...'

'மாமா... நான் துபாய் எயார்போர்ட்டில நிக்கிறன்.'

நிதானமாக ஆனால், அவசரமாகச் சொல்லி முடித்தேன். மாமா பதறினார். தானியங்கி எந்திரத்தில் பணம் எடுக்க முடியாது. என்னிடம் அட்டை இல்லை. யாராவது பணம் தந்தால்தான் சரிவரும். என்ன செய்யலாம்? மாமாவின் பதற்றம் தொலைபேசியில் தெறித்ததை உணர்ந்தேன்.

'சரி. டோன்ட் வொர்ரி அருண். ஐ நோ சம் ஃபிரெண்ட்ஸ். நான் அவங்களுக்குச் சொல்றன்... நீ கொஞ்சம் வெயிட்பண்ணு...'

முன்னால் இருந்த இரும்பு இருக்கையில் சாய்ந்து அமர்ந்தேன். அந்தக் காவலாளி என்னை நோக்கி வந்தான்.

'கட்டியாச்சா?' அவனை நிமிர்ந்து பார்த்தேன்.

'இல்லை.'

'உன் விமானம் போர்டிங் குளோஸ் செய்தாகிவிட்டது. சிறிது நேரத்துக்குள் நீ சென்றாக வேண்டும்.'

'ஓ...'

'இன்னும் ஏன் கட்டவில்லை?'

நான் முழிந்தேன். உடல் முழுவதும் வெப்பக்காற்று வீசியது.

'பணம் கொஞ்சம் போதாது. நண்பர்கள் கொண்டுவந்து தருவார்க. காத்திருக்கிறேன்.'

'எவ்வளவு பணம் போதாது?'

என் டொலர் நோட்டை எடுத்துக்காட்டினேன். அவன் வேண்டிப் பார்த்தான்.

'எவ்வளவு கட்டணும்?'

'நானூறு ரியால்...'

'இது நானூருக்குப் போதுமா?'

'இல்லை. நண்பர்கள் வருவார்கள் பணம்கொண்டு, காத்திருக்கிறேன்.'

அவன் அவநம்பிகையாக என்னைப் பார்த்துவிட்டுச் சென்றான். என் பற்கள் ஒன்றோடு ஒன்று அடித்துக் கொண்டன.

காத்திருக்க ஆரம்பித்தேன். நிமிடங்கள் கரையத் தொடங்கின. என்ன செய்யலாம்? காவலாளிக்கு ஏதும் சந்தேகம் வருமா? ஒருவேளை மேலதிகாரி எவரையும் கூட்டிக்கொண்டு வரப்போறானா? திரும்ப மாமாவின் தொலைபேசி அழைப்பு வந்தது.

'ஃபிரெண்ட் ஒராள் இப்ப காசோடு வெளிக்கிட்டு இருக்கிறார். எயார்ப்போட்டுக்கு வந்திடுவார்.'

'தாங்க்ஸ் மாமா. இன்னும் கொஞ்ச நேரத்தில் போகணும் மாமா. எப்ப வருவார்?'

'அவர் இருக்கிற இடம் கொஞ்சம் தூரம்டா. பொறு வந்திடுவார்.'

என் வயிற்றில் உலோகக்கட்டிகள் கொதித்தன.

‘சீக்கிரம் வரச் சொல்ல முடியுமா? இமிகிரேஷனில நிற்கிறவங்க ஒரு மாதிரி பார்க்கிறாங்க.’

‘பொறு... நான் அவனுக்குக் கோல் ஒண்டு கொடுக்குறன்...’

மாமா அழைப்பை நிறுத்திவிட்டு, கொஞ்சம் நேரம் கழித்து மறுபடியும் எடுத்தார்.

‘சொல்லுங்கோ மாமா.’

‘டேய்... அவர் வரார்... வரக்கொஞ்சம் பிந்தும்போல. நீ அங்க நிற்கிறவங்க யாரிட்டையும் கேட்டுப்பாரேன்...’

‘எனக்கு யாரையும் தெரியாது மாமா...’

‘உன் ஃபிளைட்ல போறவங்க யாரும் இருப்பாங்க தானே...கேட்டுப்பார். நான் பாங்க்ல போட்டுவிடுறன். நீ கட்டுநாயகாவில் இறங்கியவுடன் எடுத்துக்கொடு...’

‘யார் உன்னை வந்து எயார்ப்போர்ட்டில் ஏத்துவது?’

‘சித்தப்பா.’

‘அவர் எக்கவுன்ட்டில் போட்டுவிடுறன். நீ எடு.’

மாமா சொல்வதும் சரிதான். யாரிடம் போய்க் கேட்பது? கொஞ்சம் தயக்கமாக இருந்தாலும், வேறு வழி தெரியவில்லை. கவுன்ட்டரை நோக்கி நடந்தேன். அந்தக் காவலாளி நின்றுகொண்டிருந்தான். ஆனால், என்னிடம் எதுவும் கேட்கவில்லை.

நீண்ட வரிசைகள். பயணிகளை பார்த்துக்கொண்டு சென்றேன். நிறையப்பேர் ஸ்ரீலங்கா செல்கிறார்கள். பார்க்கவே தமிழராக ஒரு பெண்மணி தோன்றினார். அருகில் சென்றேன்.

‘மேடம்... நானும் ஸ்ரீலங்காதான் போறன். விசாவைவிட ரெண்டுநாள் கூட நிண்டுட்டன். நானூறு ரியால் கட்டச் சொல்லுறாங்க. என்கிட்ட டொலராகத்தான் இருக்கு. உங்ககிட்ட ரியால் இருக்கா? ஸ்ரீலங்கா போனவுடன் எயார்ப்போர்ட்டில் வைத்து தருவன்.’ அவர் என்னை புருவம் உயர்த்திப்பார்த்துவிட்டு முகம் சுளித்தார். தெரியாதமாதிரி கைப்பையை சரி செய்துகொண்டு வரிசையின் நகர்வில் மும்முரமாக நின்றார்.

'மேடம்...' என்றேன் மீண்டும். எரிச்சலோடு என்னைப் பார்த்தார். எனக்கு எரிச்சலுக்குமேல் அழுகை வரும்போல் இருந்தது. அவருக்கு முன் இருப்பவர்களைப் பார்த்தேன். இஸ்லாமியக்குடும்பம், அரபிக்கில் பேசியவாறிருந்தார்கள். என்ன செய்யலாம்? அங்கால் இரு இளைஞர்கள் தமிழில் பேசிக்கொண்டு நின்றார்கள். நெற்றியில் குளிர்க் கண்ணாடியை ஒரேமாதிரி கொழுவியிருந்தார்கள்.

'அண்ணே...'

அவர்கள் என்னவென்பதுபோல் திரும்பிப்பார்த்தார்கள்.

'அண்ணே நானும் ஸ்ரீலங்காதான்...' விலாவாரியாகச் சொன்னேன். அவர்கள் நிச்சயம் மொறட்டுவையிலோ, பேராதெனியாவிலோ பொறியியல் பட்டப்படிப்பை முடித்திருக்க வேண்டும். இங்கே இன்ஜினீயர்களாக ஒப்பந்த அடிப்படையிலே வேலைபார்த்துக் கொண்டிருப்பார்கள்.

'யாழ்ப்பாணம் எவடம்?' ஒருவர் கேட்டார்.

சொன்னேன்.

'எந்த ஸ்கூல்... எந்த பேட்ஜ்?'

சொன்னேன்.

'ரியால் இல்லை தம்பி' சுவிங்கத்தை மென்றவாறு சொன்னார்கள். எனக்குக் கோபமும் அழுகையும் பீரிட்டுக் கிளம்பியது. இயலாமை என்னைச் சுற்றிப் படர்ந்தது. அவர்களுக்கு அருகில் நிற்க விரும்பாமல் தள்ளிச் சென்றேன். நிறைய இந்தியர்கள் இந்தியில் கதைத்துக் கொண்டிருந்தார்கள். அவர்களை அணுக தைரியம் வரவில்லை. மீண்டும் வரிசையைப் பார்த்தேன். அது தன்பாட்டில் நகர்ந்துகொண்டிருந்தது. எனக்குள் பயம் நெஞ்சை நிரப்பி, திரவமாக வழிய முற்பட்டது. கைவிரல்கள் மெலிதாக நடுங்க ஆரம்பித்தன.

மீண்டும் சிலரிடம் கேட்டுப்பார்த்தேன். எல்லோரும் அதே பதிலையே விதம்விதமாகத் திரும்பத்திரும்பச் சொன்னார்கள்.

மாமா திரும்பவும் எடுத்தார். 'என்னமாதிரிடா... யாரும் தந்தாங்களா?' எடுத்தவுடனே கேட்டார்.

‘இல்லை மாமா. நிறையத் தமிழர்கள் நிக்கிறாங்க. ஒருத்தரும் தாராங்கள் இல்லை.’ என் இயலாமை வெடித்தது. குலுங்கிக் குலுங்கி அழத்தொடங்கினேன். என் கண்ணீர் வழிந்து சொண்டை நனைத்தது.

‘டேய்... ஏன்டா சின்னப்பொடியன்போல அழுற... இப்ப எண்ட ஃபிரெண்ட் வந்திடுவான்டா... அழாத’ மாமா நான் அழுவதைக்கேட்டு விறைத்துப்போய் நின்றது அவர் குரலில் தெரிந்தது.

தண்ணீர் தாகம் எடுத்தது. முதுகிலிருந்த ட்ராவலிங் பாக்கில் இருந்த தண்ணீர்ப் போத்தலை எடுத்துக் குடித்தேன். சாய்ந்து சுவரில் நின்றேன். நேரத்தைப்பார்த்தேன். இன்னும் கொஞ்ச நேரம்தான்.

ஒரு குடும்பம் தமிழில் கதைத்துக்கொண்டிருந்தது. போய்க் கதைகலாமா வேண்டாமா என்று யோசித்தேன். இரண்டு குமர்ப் பெண்கள். நிச்சயம் கொழும்பு வளர்ப்பாக இருக்கவேண்டும். அவர்களின் பெற்றோர்களும் இளமையாகத் தோன்றினார்கள். போய் கேட்கலாம். கேட்டால் தருவார்கள் என்ற நம்பிக்கை வந்தது. ஆனால், அந்தப் பெண்களைப் பார்த்தால் போய்க் கேட்ட வெட்கமாக இருந்தது. அவர்கள் பெண்கள் மிக இயல்பாக இருந்தார்கள். உடல் முழுவதும் எதையும் பொருட் படுத்தாத அலட்சியம் இருந்தது. கன்னத்தில் வழியும் கேசத்தை கோதி, காது இடுக்கில் சொருகிக் கொண்டிருந்தனர். நான் பார்ப்பதை அவர்களில் ஒரு பெண் திடீர் என்று கண்டாள். என்னையே உற்றுப் பார்த்தாள். எனக்குள் மென் அழுத்தத்தில் மின்சாரம் ஒன்று ஓடியதை உணர்ந்தேன். இமை சரித்து பார்வையை விலக்கினேன்.

அவர்களை நோக்கிச் செல்ல, அந்தப்பெண் நான் நெருங்கிவருவதையே பார்த்தாள். கிட்டவரும்போது முகத்தைத் திருப்பி மற்றைய பெண்ணோடு கதைத்துக் கொண்டிருந்தாள். இருவரும் சகோதரிகளாக இருக்கும். அவர்களின் பெற்றோரிடம் சென்றேன்.

‘சேர்... நானும் தமிழ்தான்.’ அவர் அதற்கு என்ன என்பது போல் புருவம் உயர்த்திப்பார்த்தார்.

‘நான் யாழ்ப்பாணம். இங்க டூரிஸ்ட் விசாவில் வந்தேன்.’ அவர்களுக்கும் விலாவாரியாகச் சொன்னேன். சொல்லி விட்டு முகத்தைப் பரிதாபமாக வைத்துக்கொண்டேன். அந்தப் பெண்கள் இருவரும் என்னையே பார்த்தார்கள்.

‘சொறி தம்பி. ரியால்கள் இல்லை.’ அது ஏனோ தெரிந்த பதிலாக இருந்தது. ஏமாற்றம் வரவில்லை. அப்போது என்னை உற்றுப்பார்த்த அவர்களின் மகள் என்னைப் பார்த்து சிரித்ததுபோல் தோன்றியது. வரிசையின் பின்பக்கம் போய் நின்றேன். மூன்று நிமிடம் நின்றிருப்பேன். நிதானித்தேன். அந்தப் பெண் சிரித்ததுபோல் தோன்றியது உண்மையா? வெறுப்பு அலைகள் உச்சம் பெற்றது. அதற்குப்பிறகு நான் பொறுமையாக இருக்கவில்லை. போவோர் வருவோரிடம் எல்லாம்போய் தணிந்த குரலில் கேட்கத் தொடங்கினேன். எல்லோரும் முகம் சுளித்தனர். ஆனால், மற்றவர்களிடம் பணம் கேட்பதற்கான வெட்கம் துளியும் எஞ்சாமல் அகன்றிருந்தது.

ஒருவர் காற்சட்டை அணிந்து, குளிர்கண்ணாடி அணிந்து, மென்சாம்பல் நிற டீஷர்ட் அணிந்திருந்தார். தொப்பி ஒன்று ஏறக்குறைய தலையை மட்டுமல்லாது முகத்தையும் மறைத்திருந்தது. கையில் ஆங்கில பேப்பர் ஒன்றை மடித்துவைத்திருந்தார். அவரிடம்போய் நேரடியாக ஆங்கிலத்தில் கேட்டேன். ஒன்றும் சொல்லாமல் பொக்கட்டில் இருந்த பெர்ஸை எடுத்து சரியாக நானூறு ரியால்கள் தந்தார்.

‘தங்கியூ... தங்கியூ...’ என் வார்த்தைகள் குழறிக்கொண்டு சீறின.

ஓடிச் சென்று கவுன்ட்டரில் கட்டினேன். போகும்போது காவலாளி ஒன்றுமே கேட்கவில்லை. வரும்போதும் அவன் பேசாமலே நின்றான். ஒரு புன்னகையை எறிந்து விட்டு, ‘பணத்தைக் கட்டிவிட்டேன்’ என்றேன்.

நான் விமானத்தில் ஏறிய கொஞ்ச நேரத்தில் கதவைப் பூட்டினார்கள். மாமாவுக்கு அழைத்து விசயத்தைச் சொன்னேன். மாமாவும் ஆறுதல் அடைந்தார். விமானம் தளத்தில் ஓடிச்சென்று ஆகாயத்தில் மிதந்தது. அந்த மிதத்தல் அனுபவம் என் உடம்பில் பூரணமாக

ஊடுருவியது. பணிப்பெண்ணிடம் தண்ணீர் கேட்டு வாங்கிக் குடித்தேன். தொண்டை இனிமையானது. பயணத்தில் லயிக்கத் தொடங்கினேன். சுற்றும்முற்றும் திரும்பி பயணிகளைப் பார்க்க, அந்தப்பெண்ணைச் கண்டேன். காதில் ஹெட்போனை கொழுவிக்கொண்டு முன் இருக்கையில் இருக்கும் திரையில் ஏதோ திரைப்படத்தை தீவிரமாகப் பார்த்துக்கொண்டிருந்தாள். மீண்டும்மீண்டும் அவள் கை கேசத்தைக் கோதி காது இடுக்குகளில் சொருகிக்கொண்டிருந்தது. அவள் அருகில் பெற்றோர் கையை குறுக்காகக் கட்டிக்கொண்டு அமைதி யாக இருந்தார்கள். இருக்கையில் சாய்ந்து நித்திரை கொள்ளத் தொடங்கினேன்.

கட்டுநாயக்காவில் இறங்கி பைகளை எடுக்கும் இடத்தில் வந்தபோது, எனக்குப் பணம் தந்தவரைக் கண்டேன். என்னைத் தெரியாததுபோல் நின்றிருந்தார். என்னிடம் வந்து கேட்கக்கூடும் என்று எதிர்பார்த்தேன். அவர் கரிசனை கொள்ளவில்லை. ஒருவேளை மறந்திட்டாரோ? பையை எடுத்துக்கொண்டு வெளியேவந்தேன். சித்தப்பா நின்றார். 'என்னடா எப்படிப் பயணம்?' சித்தப்பா வாகனத் தோடு வந்திருந்தார். 'மாமா காசு போட்டு இருக்கிறாராம்... யாரிட்டையோ காசு வேண்டினியாம்... ஏயார்போர்ட் ஏ.டி.எம்-மில் எடுத்துக் கொடுக்கச் சொன்னார்...' சித்தப்பா ஏ.டி.எம் அட்டையை நீட்டினார்.

அட்டையை வேண்டினேன். திரும்பிப் பார்த்தேன். கொடுக்கணுமா? 'ம்ம்... அது கொடுத்தாச்சு... நாம போவம்.' சித்தப்பாவை விரட்டினேன். சித்தப்பா அழைத்துவந்திருந்த வேனில் ஏறியபோது நிம்மதியாக இருந்தது. கண்ணாடியால் பார்த்தேன். தூரத்தில் மென்சாம்பல் சட்டை ஒன்று தென்பட்டது. முகத்தை திருப்பிக்கொண்டேன். வாகனம் நகர்ந்தது.

கேசத்தை காதிடுக்கில் சொருகிய பெண்ணின் முகத்தை நினைத்துக்கொண்டேன். எரிச்சல் வந்தது. அவள் அப்போது உண்மையில் என்னைப்பார்த்து சிரித்தாளா? யோசிக்க ஆரம்பிக்க, வேன் கட்டுநாயக்கா அதிவிரைவு நெடுஞ்சாலையை எட்டியது.

பச்சை நரம்பு

செல்வமக்காவின் நினைவு மீண்டும் மீண்டும் வந்தது. அந்த முகத்தின் நினைவைக் கலைத்து தீபாவின் முகத்தை நினைவில் கொண்டுவந்தேன். இறுதிப்பாடத்தின் மணியடித்தது. உடலில் ஒட்டியிருந்த இறுதிப் பாடத்துக்கான அலுப்பு ஆச்சர்யவசமாக சட்டென்று உடலில் இருந்து அகன்றது. பள்ளிக்கூடம் விட்டுவிட்டது; புத்தகப்பையைத் தூக்கிக்கொண்டு மௌலிசனோடு புறப்பட்டேன். பாடசாலை முற்றத்தில் தடித்த வேம்பு, கிளைகள் பரப்பி வளர்ந்திருந்தது. அதன் கீழ் சௌகரிய மாக இருவரும் நின்றுகொண்டிருந்தோம். காகங்கள் தலைக்கு மேல கரைந்துகொண்டிருந்தன. பழுப்பான இலைகள் உதிர்ந்து கையில் விழுந்தன. தீபா இப்போது வரலாம். வழமைபோல் அவளுக்குப்பின் அவள் வீடுவரை செல்வதுதான் நோக்கம்.

சிறுவர்கள் பள்ளிச்சீருடையான நீலக் காற்சட்டையும் வெள்ளைச் சேர்ட்டும், புழுதிபடிந்து மண்ணிறமாக மாறும் வரை விளையாடத் தொடங்கியிருந்தார்கள். சிறுவயதுப் பெண்பிள்ளைகள் முழங்கால்வரை அணிந்திருந்த வெள்ளைச் சட்டையில் அவர்களும் கும்பலாக ஓடித்திரிந்து கொண்டிருந்தார்கள். வளர்ந்த பெண்பிள்ளைகள் தங்கள் சிநேகிதப் பெண்பிள்ளைகளுடன் ஒன்றாகப் பாடசாலையைவிட்டு வெளியே நகர்ந்துகொண்டிருந் தார்கள். வேப்ப மரத்தடியில் இருந்து மௌலிசனோடு

வேடிக்கை பார்த்துக்கொண்டிருந்தேன். கணக்கு ரீச்சர் எங்களைக் கடந்து சென்றுகொண்டிருந்தார்.

தீபா, மலர்விழியோடு நடந்து வந்துகொண்டிருந்தாள். எனக்கு தண்ணீர்த்தாகம் எடுத்தது. முதுகுப்பையில் இருந்த தண்ணீர் போத்தலில் இருந்து தண்ணீரைக் குடித்துக் கொண்டு அவர்களைப் பார்த்தேன். வழமைபோல் பேசாமல் எங்களைக் கடந்து நகர்ந்து சென்றார்கள். நீல ரிப்பன், தீபாவின் இரட்டைச் சடையில் காற்றுக்கு அசைந்துகொண்டிருந்தது.

கிளிநொச்சி மாவட்டத்தில் பளையில் இருந்த பாடசாலை யில் நாங்கள் படித்துக்கொண்டிருந்தோம். இன்னும் ஆறு மாதங்களில் ஒன்பதாம் ஆண்டு இறுதிப் பரீட்சைகளுக்கு முகம்கொடுக்க வேண்டியிருந்தது. தீபாவும் என்னோடு படிப்பவள். அவள் 'அ' பிரிவில் படித்துக்கொண்டிருந் தாள். நான் 'இ' பிரிவில் படித்துக்கொண்டிருந்தேன். என் வீட்டைத் தள்ளிச்செல்லும் நேர் ஒழுங்கையில் அவள் வீடு தொலைவில் இருந்தது. அவள் பின்னே செல்வதும் வருவதுமாக இதுவரை இரண்டு மாதகாலமாக முயன்று கொண்டிருக்கிறேன். இன்னும் அவள் என்னைத் திரும்பிப் பார்க்கவில்லை. சில நேரம் கடைக்கண் பார்வையால் பார்த்திருக்கிறாள். நான் புன்னகைக்க, முகத்தை வேகமாகத் திருப்பிக்கொள்வாள்.

இருபதடிவிட்டு அவள் பின்னே சென்றுகொண்டிருந் தோம். மௌலிசன், அவன் வீடுவரை என்பின்னே வருவான். அதன்பிறகு அவன் தன் வீட்டுக்குச் சென்று விடுவான். மலர்விழியும் பாதிவழியில் அவள் வீட்டுக்குச் செல்ல, கிழக்குப்பக்கமாகச் செல்லும் வீதியில் திரும்பி விடுவாள். நான் மட்டும் அவள் பின்னால் செல்வேன். இதுவரை அவளுடன் பேசியதில்லை. பேசவும் நா முனைந்தது இல்லை. பயம் மெலிதாக எட்டிப்பார்த்தது. அவள் வீட்டு முற்றம் மிகப்பெரியது. பூவரசுக் கதியால் களைத்தாண்டி அவள் வீடு மௌனமாகப் புதைந்து இருந்தது

மௌலிசன் என் காதருகே வந்து சத்தமாகக் கேட்டான் 'டேய்... எப்போது அவளோடு கதைக்கப்போறாய்... ஒவ்வொருநாளும் ஸ்கூல் முடிய இப்படியே போய்க்கிட்டு இருக்கப்போறியா..?' அவன் ஸ்கூல் என்று

சொல்லும்போது 'ஸ்'சன்னாவை அதிகம் அழுத்தி உச்சரித்தான்.

'டேய் வேணும் என்று கத்திச்சொல்கிறாய். கொஞ்சம் இருடா...'

'க்கும்...' சலித்துக்கொண்டாலும் மௌலி என்னோடு வந்துகொண்டிருந்தான். அவன் எப்படியும் இதே வழியாகத்தான் செல்லவேண்டும். மறந்தும் என்னை விட்டுவிட்டு அவன் செல்ல முடியாது. ஏதோவொரு கட்டாயத்தில் அவன் என்னோடு வந்துகொண்டிருந்தான்.

மௌலியின் அப்பா தினமும் இரவில் மீன்பிடிக்கச் செல்வார். மரத்தால் செய்யப்பட்ட ஒடுங்கிய வள்ளம் அவரிடம் சொந்தமாக இருந்தது. என் அப்பா கண்டி வீதியை ஒட்டி அமைந்திருந்த வானதி வெதுப்பகத்தில் வேலைபார்த்துக்கொண்டிருந்தார். இரவுச்சாப்பாட்டுக்கு அதிகம் பாண் எங்கள் வீட்டில் புழங்கும். நினைவு தெரிந்ததில் இருந்து அம்மாவை நான் கண்டதில்லை. நான் பிறந்து நான்கு வருடங்களின்பின் மலேரியா காய்ச்சலினால் பீடிக்கப்பட்டு அம்மா இறந்திருந்தார். வீட்டில் ஒரேயொரு பிள்ளையாக நான் மட்டும் வளர்ந்தேன்.

அப்பா இரவு வேளையில் வெத்துப்பகத்துக்குச் சென்று விடுவார். பாண் போடுவதில் அப்பா அதிக நேரம் செலவழிப்பார். சூளையில் இட்டு, பாணை வெதுக்கி முடிய காலையில் வீடுவருவார். இரவில் நான் தனித்தே யிருப்பேன். வரும்போது அடக்கேக்கும், இரண்டு றாத்தல் பாணும் கூடைக்குள் சுடச்சுட இருக்கும். காலையில் எழுந்தவுடன் தேங்காய்ப்பூ துருவி, அம்மியில் சம்பல் அரைத்துவைத்திருப்பேன். அப்பா பாண் கொண்டு வந்தவுடன் இரண்டு துண்டு வெட்டிச் சாப்பிட்டுவிட்டு, அடக்கேக்கை பேப்பரில் சுற்றி பாடசாலைப் பையில் வைத்துக்கொண்டு, பாடசாலைக்குச் செல்வேன்.

அப்பா வரும்போது சாதுவான வெறியில் இருப்பார். தென்னங்கள்ளைக் குடித்துவிட்டு சாவகாசமாக வருவார். வந்தவுடன் பனையோலையால் நெய்யப்பட்ட பாயைவிரித்து வைத்துவிட்டு வாசலைத் திறந்துவிட்டு நித்திரைகொள்ள ஆரம்பிப்பார். அடிக்கடி என்னை தனிமை மலைப்பாம் பாக நெரித்து விழுங்கும். அம்மாவின் புகைப்படம்

ஒன்றே துணையாக இருக்கும். அப்போதெல்லாம் ஏதோவொரு பாட்டை எனக்குள் முணுமுணுத்துக் கொள்வேன்.

மலர்விழி, தீபாவிடன் இருந்து விடைபெற்று ஒழுங்கை யால் இறங்கி நடக்கத் தொடங்கினாள். செம்மண் ஒழுங்கை விரிந்து சென்றது. இருபுறமும் வயல்வெளிகள் பரந்திருந்தன. கிளிகள் வயல் வெளிக்குள் பறந்து சென்றன. அவற்றின் இறக்கை ஒலிகள் காதில் கேட்டுக் கொண்டிருந்தன. எங்கள் முன்னேயும் பின்னேயும் இன்னும் சிலர் பாடசாலை முடிந்து சாவகாசமாக நடந்து வந்துகொண்டிருந்தனர். சிலர் துவிச்சக்கரவண்டியில் வேகமாகக் கடந்து சென்றனர். நிலத்தில் விழும் வெயிலைப் பார்த்தேன்... வெண்மையாக இருந்தது.

'டேய் நான் வாரன்...' மௌலிசன் விடைபெற்றுச் செல்லத் தொடங்கினான். நான் இப்போது அவளுக்குப் பின்னே தனித்துச் செல்லத் தொடங்கியிருந்தேன். இன்னும் இடைவெளிகளை அதிகரித்துக்கொண்டேன்.

தீபா நடந்து சென்றுகொண்டிருந்தாள். இப்போது அவள் கொஞ்சம் வேகமாக நடப்பதுபோல் தோன்றியது. மெல்ல மெல்ல நானும் வேகத்தைக் கூட்டினேன். பரஞ்சோதி அக்காவின் வீட்டைத் தாண்டிச் சென்றுகொண்டிருந் தோம். கதியால் இடப்பட்ட வேலிகள் தொடர்ந்து வந்து கொண்டிருந்தன. கிளுவன் தடிகள் எட்டிப்பார்த்தன. சாரத்தை மடித்துக்கட்டிக்கொண்டு கொடுவாக் கத்தியால் கிளுவைகள் வெட்டிக்கொண்டு இருவர் நின்றார்கள். நான் கொஞ்சம் தயங்கிவிட்டு மறுப்பில்லாமல் நடந்து சென்றுகொண்டிருதேன். தீபாவின் வீடு நெருங்கத் தொடங்கியது. என் பதற்றம் சாந்தாமாகத் தொடங்கியது.

தீபாவின் வீடு நெருங்க செல்வமக்காவின் குடிசை வருகின்றது என்ற நினைப்புவர பதற்றம் அழுத்தத்துடன் மீண்டும் அதிகரித்தது. குடிசை திறந்திருந்தது. எட்டிப் பார்த்தேன். என் உடல் மெலிதாக உதறியது. செல்வமக்கா நிற்கின்றாவா? யாரையும் காணவில்லை. கொஞ்சம் ஆசுவாசமாக இருந்தது. என் வேகத்தை குறைத்துக் கொண்டு நடக்கலானேன். சட்டென்று செல்வமக்கா குடிசையின் இடப்பக்கம் இருந்து வந்தார். கையில் மண்சட்டி ஒன்றை அலம்பிக்கொண்டிருந்தார். என் உடல் பதற்றப்படத் தொடங்கியது.

செல்வமக்காவின் கணவர் பெட்டிக்கடை ஒன்றைப் பிரதான சாலையை ஒட்டிய புளியடிச் சந்தியில் வைத்திருந்தார். அவர்களுக்குப் பிள்ளைகள் இல்லை. செல்வமக்காவின் கணவருக்கு இன்னுமொரு பெண்ணோடு தொடுப்பு என்று ஊரில் சொல்லக் கேள்விப் பட்டிருக்கிறேன். இருவருக்கும் இடையில் நிறையச் சண்டைகள் நடந்திருக்கின்றன. செல்வமக்காவை அடிக்கடி முதுகில் அடித்துக் கலைப்பதும், பக்கத்து வீட்டுக்குக்காரர்கள் ஓடிவந்து சண்டையில் புகுந்து நிப்பாட்டுவதும் அடிக்கடி நடப்பதாக இருந்தது. ஒருநாள் எதேச்சையாக விஷயம் விடுதலைப்புலிகளின் காவல் துறைக்குத் தெரியவர, செல்லவமக்காவின் கணவரைப் பிடித்து விசாரித்தார்கள். அந்த விசாரிப்பு எப்படி இருந்தது என்று தெரியவில்லை. ஆனால், அதற்குப்பிறகு செல்வ மக்காவோடு அவர் பேசிக்கொள்வதும் இல்லை. அடிப்பதும் இல்லை. வீட்டுக்கு வருவதும் குறைந்திருந்தது.

செல்வமக்கா மூக்குத்தி அணிந்திருப்பார். அடிக்கடி வீட்டைத் தாண்டிப்போகும்போது மூக்குத்தியைப் பார்ப்பேன். வெயிலுக்கு மினுங்கிக்கொண்டிருக்கும். என்னைப் புருவம் உயர்த்தி, உற்றுப்பார்த்துக்கொண்டு செல்வார். எப்படியும் வயது இருபதின் நடுப்பகுதிக்குள் இருக்கும் என்று நினைக்கின்றேன். ஆனால்,கணவருக்கு வயது அதிகமாக இருக்கலாம் என்று பார்த்தவுடனே தோன்றும்.

நான் செல்வமக்காவினைப் பார்த்து நடுங்குவதற்குக் காரணம் அதுவல்ல. அது வேறொண்டு. தீபாவுக்குப் பின்னால் செல்லும்போது பலதடவை தவறாமல் என்னைக் கண்டுள்ளார். ஒவ்வொரு முறையும் கடக்கும்போது என்னை உற்றுப்பார்ப்பார். முன்னால் செல்லும் தீபாவையும் உற்றுப்பார்ப்பார். நான் பேசாமல் நடந்து செல்வேன். முந்தாநாள் வரும்போது இதேபோல் என்னைக் கண்டார் செல்வமக்கா. சைகையால் என்னைக் கூப்பிட்டார்.

முதலில் தயங்கினாலும், என்னவென்று கேட்போமே என்று படலைக்குச் சென்றேன்.

'ஏன் கூப்பிட்டீங்க?' என்றேன்.

'என்ன... இங்காலப் பக்கம் நெடுவலும் திரியிறீங்க?'

‘சும்மா...’

‘என்ன சும்மா? தீபாக்கு பின்னுக்கு போறதைப் பாக்குறன் ஒவ்வொருநாளும்.’

‘இ... இ...’ கையைக் காற்சட்டை பொக்கற்றுக்குள் வைத்துப் பிசைந்தேன். அவர் சிரித்தார்.

‘உமக்கு எத்தனை வயசு?’

‘பதினாலு...’

‘சரி உள்ளவா...’ சற்ட்டென்று ஒருமைக்கு மாறியது எனக்கு அந்திரத்தைக் கொடுத்தது. கேற்றில் தயங்கியவாறு நின்றேன். என் தலைமுடியை இடக்கையால் கோதி வருடினார்.

‘எண்ணெய் வைக்கிறது இல்லையா? இப்படித் தலை வறண்டுபோய் இருக்கு...’ செல்வமக்காவின் கை மிக மென்மையாக இருந்தது. கையில் இருந்த காப்பு சொக்கையில் மெலிதாகக் குத்தியது. அந்த உலோகப் பரப்பு குளிர்ந்ததை உணர்ந்தேன். அதோடு உடலின் பல்வேறு பாகங்கள் சூடாகிக் குளிர்ந்தது. ‘உள்ளே வா...’ அவரின் குரல் கொஞ்சம் கண்டிப்புடன் ஏறியது. தயக்கத்துடன் உள்ளே சென்றேன். வீட்டு விறாந்தையில் போய் நின்றேன். சாக்குகள் இழுத்துக் கட்டப் பட்டிருந்தன. மண் வீடு. நன்றாக மொழுகிக் கட்டப் பட்டிருந்தது.

‘சோறு இருக்கு சாப்பிடுறியா?’

‘இல்லை... அப்பா சமைச்சுவெச்சிருப்பார்... நான் அங்கே சாப்பிடுறன்’ என்றேன். இதுவரையில் செல்வமக்காவை நான் நேரில் பார்த்துக் கதைத்ததில்லை. அடிக்கடி பொதுக் கிணற்றில் தண்ணி அள்ளிக்கொண்டு நடந்துவரும்போது விலத்தியிருக்கிறேன். நீள் பாவாடை சட்டை அணிந்து, இடுப்பில் குடத்தை தூக்கிக்கொண்டு போய்வருவார். நான் அவரின் மூக்குத்தியைப் பார்ப்பேன். வெண்மையாக மினுங்கும்.

‘ஏன் பயந்து சாகிறாய்..? இண்டைக்கு கோழிக்கறி... நிறைய கறியிருக்கு. சாப்பிட்டுப்போ... இப்படி மெலிந்து போய் இருக்கு நெஞ்செல்லாம்...’ அவர் விறாந்தையில்

அமர்ந்துகொண்டு, அதுவரை முடிந்து கொண்டையாகப் போட்டிருந்த கூந்தலை அவிழ்த்து தலையைச் சிலுப்பி பரவவிட்டிருந்தார். தலையை சிலுப்பும்போது அவர் மிளிர்ந்து அழகாவதுபோல் தோன்றியது. எழுந்து குசினிக்குச் சென்றார். தட்டுகள் தட்டுப்படும் சத்தம் கேட்டது.

'உள்ளவாப்பன்...' படியால் ஏறி உள்ளே சென்றேன். வெயிலில் திரிந்துவிட்டு உள்ளே செல்ல கண் எதையும் புலப்படுத்தாமல் இருட்டாகக் காட்டியது. நைலோன் பாய்கள் மூலையில் சுருட்டிவைக்கப்பட்டிருந்தன. அருகில் ஒரு கூடை. அதில் நிறையக் கடதாசிகள் இருந்தன. அருகில் இருந்த தட்டில் குப்பி விளக்குகள் கருகிய திரியுடன் இருந்தன.

குசினிக்குச் சென்றேன். செல்வமக்கா குந்தியமர்ந்து கொண்டு தட்டில் குத்தரிசிச் சோறைப் போட்டுவிட்டு கறிகளைப் போட்டுக்கொண்டிருந்தார். நல்ல வெளிச்சம் யன்னல் சட்டத்தினால் உள்ளே விழுந்துகொண்டிருந்தது. அப்போதுதான் செல்வமக்காவின் உடையைக் கவனித்தேன். முழங்கால் வரை சட்டையை அமர்வதற்கு வசதியாக உயர்த்திவிட்டிருந்தார். வெண்மையான கால் தொடைகள் பளிச்சென்று தென்பட்டன. காலில் கால் சங்கிலி வெண்மையாக மினுங்கியது.

தொடைகளைப் பார்க்கப் பரவசமாக இருந்தது. இதயத்தின் வேகம் 'படார்' என அதிகரித்ததை உணரத் தொடங்கினேன். செல்வமக்காவின் பார்வை சாப்பாட்டுத் தட்டிலேயே நிலைத்திருந்தது. என்னை நிமிர்ந்து பார்த்து, தட்டை நீட்ட என் பார்வையை அவசரமாக விலத்திக் கொண்டேன். இன்னமும் இதயம் அதிரும் சத்தம் காதில் கேட்பதை விசித்திரமாக உணர்ந்தேன்.

தட்டை வேண்டிக்கொண்டு அங்கேயே நிலத்தில் அமர்ந்தேன்.

'அம்மா இல்லாத பிள்ளை... பாவம்... சரியாச் சாப்பிடுறது இல்லையே...' அவர் எனக்கு முன் காலை மடக்கி வசதியாக அமர்ந்தார். வெண்ணிறமான கால் எனக்கு மிக அருகே நீண்டிருந்தது. எப்படிப் பார்ப்பது என்று தயங்கினேன். அப்படியே குனிந்து தலையை நிமிராமல் சாப்பிடத் தொடங்கினேன். உண்மையில் நன்கு பசியிருந்தது. வெகுவேகமாக சாப்பிடத் தொடங்கினேன்.

‘என்ன ஒண்டும் கதைக்காம சாப்பிடுறீர்…’ என்றார். என்ன கதைப்பது என்று தெரியாமல் சிரித்தேன்.

‘அப்பா இரவு வேலைக்குப் போனா விடிய எத்தனை மணிக்கு வருவார்?’

‘ம்ம்ம்… ஆறரையப்படி வருவார்’ என்றேன்.

‘சோறு வடிவா போட்டுச் சாப்பிடும். அவர் குனிந்து பானையில் இருந்து சோறை எடுத்து போட முயன்றார். கழுத்துப் பிளவு அகலமாகி, ஏறக்குறைய பாதி மார்பு தெரிந்தது. அப்படியே திடுக்கிட்டு அமர்ந்தேன். கோழியின் சதைகளை விரலால் இழுத்துப் பிச்சுக் கொள்வது கடினமாகவிருந்தது.

ஏதேதோ கேள்விகேட்டு என்னோடு பேசிக்கொண்டிருந்தார். நானும் கேட்கும் கேள்விகளுக்கு பதில்களைச் சொல்லிய வாறு பேசியபடி இருந்தேன். ஒவ்வொரு கறியாக அகப்பையில் கிள்ளி வைக்கும்போது என் கண்கள் அவரின் கழுத்துப்பகுதியை நோக்கி நிமிர்வதைத் தடுக்க முடியாமல் திணறியது. கண்கள் துடிக்கும் மீன்கள்போல் துள்ளிக்கொண்டிருந்தன.

சாப்பிட்டு முடித்ததும் கைகழுவ பின்பக்கம் அழைத்துச் சென்றார். வளவில் வாழைமரங்கள் ஒரு மூலையில் கும்பலாக வளர்ந்திருந்தன. நீண்ட, அகண்ட பச்சை இலைகள் விரிந்து வேலியோடு முட்டியவாறு இருந்தன. குப்பைமேனிச் செடிகள் நிறையவே நிலத்தில் வளர்ந்திருந்தன. நீல நிற பிளாஸ்டிக் பரலில் தண்ணீர் நிறைந்திருந்தது. குடுவையால் அள்ளி வார்த்தார். தண்ணீர் என் கைகளைக் கழுவிக்கொண்டு கீழே விழுந்து நீண்டு நிலத்தில் கோடாக ஓடியது. என் பார்வை என் கட்டுப்பாடு களில் இருந்து மீறி செல்வமக்காவின் கழுத்துப் பகுதியில் நிலைகுத்தியது. மார்புப் பிளவு தெரிய காது மடல்கள் சூடாகின.

கையை கழுவி முடித்துவிட்டு நகரும்போது கேட்டார்… ‘ஏன் இப்படி நெஞ்சைப் பார்க்குறீர்?’

என் உடல் புல்லரித்து நடுங்கியது. திகைத்தடங்கி நின்றேன். வாயில் இருந்து வார்த்தைகள் வர மறுத்தன. என்ன சொல்வது? கன்னத்தில் வியர்வை வியர்த்து

வழிந்ததை உணர்ந்தேன். என் கண்களை அவர் கண்கள் ஊடுருவின. அதைச் சகித்துக்கொள்ள முடியாமல் என் ஆன்மா அசைந்தது.

அன்று வீடு வந்து மௌனமாகப் படுத்திருந்தேன். மீண்டும் மீண்டும் செல்வமக்காவின் வெண்ணிறக் கால்களும் முழங்காலுக்கு மேல் தெரியும் சிறிதளவு தொடையும் நினைவில் வந்துகொண்டேயிருந்தன. அதோடு சேர்ந்து 'ஏன் இப்படி நெஞ்சைப் பார்க்குறீர்?' என்ற செல்வ மக்காவின் குரல் ஒலித்தவாறிருந்தது. அதைக் கேட்கும் போது செல்வமக்காவின் வயசு குறைந்து சிறுமியின் குதூகலம் சேர்ந்ததுபோல் சட்டென்று தோன்றியது. நித்திரை வர மறுத்தது. புகைப்படத்திலுள்ள அம்மாவின் முகத்தை நினைவில் கொண்டுவந்தேன். வெண்மையான தோல், சுருளற்ற நீண்ட கேசம், கன்னம் இரண்டும் தோளோடு ஒட்டியதுபோல் அப்படியே தீபாவின் கண்களைப்போல்... இல்லை இல்லை... அம்மாவின் கண்களைப்போல் தீபாவின் கண்கள். மெல்ல மெல்ல அப்படியே பாயில் நித்திரையாகிப்போனேன். செல்வ மக்காவின் மடியில் தலை சாய்த்து துயில்வதுபோல் பிரமை எழுந்தது. எவ்வளவு முயன்றும் நித்திரையில் இருந்து கண்களைத் திறக்க இயலவில்லை. அவர் என் நெற்றி மயிரைத் தடவி 'மகனே...' என்று சொன்னார். உடனே விழிப்பு வந்தது. திடுக்கிட்டு எழுந்தேன்.

அடுத்தநாள் தீபாவுக்குப் பின்னால் மௌளிசனுடன் சென்றேன். ஆனால், செல்வமக்கா வீடு வரமுதலே திரும்பி வந்துவிட்டேன். இன்றும் மீண்டும் செல்கிறேன். செல்வமக்கா நிற்பதைக்கண்டேன். தலையைத் திருப்பாமல் அப்படியே நேராகச் சென்றேன். தீபா வேகமாகச் சென்று தன் வீட்டு வளவுக்குள் நுழைவதைப் பார்க்கக்கூடியதாக விருந்தது. அப்படியே அவள் வீடு நோக்கிச் சென்று விட்டுத் திரும்பிவரத் தொடங்கினேன்.

செல்வமக்கா வீட்டு படலையடிக்கு அருகில் நின்று என்னைப் பார்த்தார். 'என்ன வின்செண்ட் நேற்று ஆளையே காணம்...' என்றார். துணுக்குற்றுத் திரும்பிப் பார்த்தேன். பற்கள் தெரிய தலையைச் சாய்த்துச் சிரித்தார். கழுத்தில் ஒரு நரம்பு புடைத்து மிக வசீகரமாகத் தென்பட்டது. படலையைத் திறந்து உள்ளே வரச்சொல்லிக் கூப்பிட்டார்.

என் உடல் சூடானது. முதுகு சில் என்று குளிர்ந்து மூளையைப் பதற்றம் அடையச்செய்து, காதுமடல்கள் வியர்த்துச் சூடாகின. திரும்பி ஓடிவிடலாமோ என்று தோன்றியது. ஏன் செல்வமக்காவைக் கண்டு பயப்படு கின்றேன் என்று சரியாக எனக்கே தெரியாமல் இருந்தது. தீபாவுக்குப் பின்னால் திரிவதை அப்பாவிடம் சொல்லி விடுவார் என்றா? அல்லது தீபாவுக்கும் எனக்கும் இடையி லான அந்தரங்கம் வெளியே கசிகிறது என்ற பதற்றமா? இல்லை. அவை எவையும் இல்லை. இதுவேறொன்று. அது எனக்கு வடிவாகத் தெரியத் தொடங்கியது.

'இல்ல, நான் வரலை' என்றேன்.

'ஏனப்பன்?' அவர் எனதருகில் நெருங்கி வந்தார். 'காச்சலா?' கையை நெற்றியிலும் கழுத்திலும் வைத்துப்பார்த்தார். என் தேகம் முழுவதும் குளிர்ந்தது. அவரின் கை ஈரத்துடன் வெதுவெதுப்பாக இருந்தது. கோயில் திருவிழாவில் சாப்பிடும் நைஸ்போல் மிக மென்மையாக கையின் செழிப்பு இருந்தது. யோசித்தவாறிருக்கும்போது செல்வ மக்கா என் கைகளைப்பிடித்து ஏறக்குறைய இழுத்தவாறு வீட்டினுள் சென்றவாறிருந்தார்.

'எனக்குக் காச்சல் ஒன்றும் இல்லை' என்றேன்.

'அப்புறம் ஏன் முகம் இப்படி வாடிப்போய் இருக்கு...' செல்வமக்காவின் அன்றைய கேள்விதான் நினைவில் வந்தவாறே இருந்தது. 'ஏன் இப்படி நெஞ்சைப் பார்க்குறீர்?' எங்கையோ அக்குரல் எனக்குள் ஒலித்தவாறிருந்தது.

'வெயிலுக்குள் நிக்காதையப்பன்... உள்ளவாருமன்' என்றார். நான் உள்ளே சென்று வாங்கில் அமர்ந்து கொண்டேன். நல்ல வெயில் வெளியே எரித்துக் கொண்டிருந்தது.

'தேசிக்காய்த் தண்ணி குடிக்கிறீரா?' என் பதிலுக்குக் காத்திருக்காமல் வீட்டினுள் சென்றார். நீண்ட நேரம் மௌனமாக வெளியே நின்றேன்.

'ஏனப்பன் வெளியே நிக்குறீர்... உள்ளே வாருமன்' செல்வ மக்கா உள்ளேயிருந்து குரல் கொடுத்தார். சமையலறைக்குள் சென்றேன்.

மேசையில் தேசிக்காய் நறுக்கப்பட்டிருந்தது. தேய்வடியால் வடித்தவாறிருந்தார்.

'இதுல இருமன்...'

'இல்ல, பரவாயில்லை.'

தம்பிளரில் தேசிக்காய்த் தண்ணீரை நிரப்பி நீட்டினார். வேண்டி, 'மடக்... மடக்' என்று குடித்தேன். புளிப்பும் இனிப்பும் சேர்ந்த கலப்பான சுவையை நாக்கு உணர்த்து கொண்டிருந்தது. வெயிலுக்கு இதமாக இருந்தது.

'ஏன் வெக்கப்பட்டுக்கொண்டு நிக்குறீர்..?'

'.......' ஒன்றும் பேசாமல் நின்றேன்.

'அண்டைக்கு மட்டும் எட்டிஎட்டிப் பார்த்தீர்...' என் தலைக்குள் அமிலம் சிதறியதுபோல் வெம்மை தகித்தது. குடித்து முடித்த தம்பிளரைக் கொடுத்தேன். என் கை நடுங்கியதை அவர் உணர்ந்தார் போலும். தம்பிளரை வேண்டி வைக்கும்போது என் கண்களையே பார்த்தார். இரண்டு கைகளையும் நீட்டி என் இரண்டு கைகளையும் பற்றி என் விரல்களுக்கு இடையில் தன் விரல்களைக் கொழுவி அழுத்திப்பிடித்தார். எத்தனை மென்மையான கை. அப்படியே கைகளைத் தூக்கி நான் எதிர்பார்க்க முதல் தன் மார்பில் என்கையை வைத்தார். இதயத்தின் சத்தம் பெருவாரியாகக் கேட்டது. திகைத்தடங்கி நின்றேன். மின்சாரம் பட்டதுபோல் உடம்பு அதிர்ந்தவாறிருந்தது. அப்படியே இரண்டு கணம் உறைந்து நின்றேன். அடுத்த கணம் மெல்லமாகக் கையை அழுத்தினேன். மென்மையாகப் புதைந்தது. அவர் சட்டையினுள்ளே உயிருள்ள மிருகம் ஒன்று பதுங்கியிருப்பதுபோல் தோன்றத் தொடங்கியது. செல்வமக்கா கண்களை அழுத்தி மூடினார். அவர் கழுத்துப் புடைத்து பச்சை நரம்பு ஒன்று தெரிவதைக்கண்டேன். என் அம்மாவிடம் நான்கு வயதில் முலைப்பால் குடிக்கும்போது இப்படி நரம்பைக் கண்டது நினைவில் வந்தது. அதே நரம்பு தீபாவின் கழுத்திலும் இருந்ததுபோல் ஓர் எண்ணம் உடனே தோன்றியது. எல்லாம் புரிந்ததுபோல் இருந்தது.

பலி

ரத்னசிங்க உணவுப் பொதிகளை எண்ணினான். எல்லாம் சரியாகவிருந்தது. பேப்பரால் சுற்றப்பட்டு கட்டப்பட்ட உணவுப் பொதிகளை பெரிய வாளிக்குள்வைத்து டிரக்டரில் ஏற்றினான். முகாமிலுள்ளவர்கள் இனிமேல்தான் சாப்பிடுவார்கள். வீதியில் காவல் பணியில் நிற்கும் சிப்பாய்களுக்கு உணவுப் பொதியை ஒவ்வொன்றாகக் கொடுத்துவிட்டு வரவேண்டும். வெயில் சுள்ளிட்டது. துவக்கை முதுகுப்பக்கம் தொங்கவிட்டவாறு டிரக்கரில் பாய்ந்து ஏறினான். தலையில் கொழுவியிருந்த இரும்புத் தொப்பி இடறியது. சரிபடுத்திக்கொண்டு டிரக்டர் பெட்டிக்கரையில் அமர்ந்தான். இன்னும் நான்கு சிப்பாய்களும் அவனுடன் ஏறினார்கள். வரும் வழியில் தென்னம் குற்றிகளை ஏற்றவேண்டும்.

குலுங்கிக்கொண்டு டிரக்டர் சென்றது. வீதிக்கரையில் கல்வீடுகள் கடந்துகொண்டிருந்தன. சைக்கிளில் பலர் சென்றுகொண்டிருந்தனர். சமாந்திரமாகச் சென்று கொண்டிருந்த வாலிபர்கள் ராணுவ டிரக்டரைக் கண்டவுடன் ஒருவர் பின் ஒருவராகச் சென்று கொண்டிருந்தனர். சுதந்திரமாகத் திரியும் வாலிபர்களைப் பார்க்கும்போது பலசமயம் ரத்தினசிங்கவுக்கு எரிச்சல் கிளர்ந்து எழும். அதிகாலையில் ரோந்துப் பணிக்குச் செல்லவேண்டும். மூன்று கிலோமீற்றர்கள் அவர்களுடைய

முகாமின் பொறுப்பிலிருந்தது. அது முடிந்த பின்பே உடற்பயிற்சி, உணவு.

குடும்பமாக திருவிழா சென்று வருபவர்களைக் காணும் போது, தானும் விரைவில் அவ்வாறு செல்லவேண்டும் என்று விரும்பினான். ஒருவர் சிறிய வயது மகனை சைக்கிளின் முன் பாரில் ஏற்றிச் சென்றுகொண்டிருந்தார். அவனது கைகள் ஹாண்டிலை இறுகப் பற்றியிருந்தன. அவர்களைப் பார்த்தவுடன் ரத்னசிங்கவுக்கு தன் மகனின் நினைவு கிளர்ந்தது. இதே வயதில்தான் அவர் மகனும் இருப்பான். ஏறக்குறைய எட்டு மாதங்கள் ஆகிவிட்டன வீடு சென்று. இனிமேல் வீடு செல்ல சந்தர்ப்பம் அவ்வளவு சீக்கிரம் கிடைக்குமோ தெரியாது. யுத்தம் வன்னிப் பக்கம் ஆரம்பமாகிவிட்டது. வாரம் ஒருமுறை வீட்டிலுள்ளவர்களுடன் தொலைபேசியில் முகாமிலிருந்து பேசலாம். அது பொதுத் தொலைபேசி. வேறு தொலைபேசிகளை உபயோகிக்கவே முடியாது. குடும்ப நினைவுகள் சுழியாக உள்ளிழுத்தன.

இறுதியாக மகனுடன் பேசியதை நினைத்துப் பார்த்தான்.

‘தாத்தே கஜதாத கெவல் எனவா?’ (அப்பா எப்ப வீட்டுக்கு வருவீங்க?)

‘இன்னும் ஒரு மாதத்தில் வருவேன்...’

‘வரும்போது என்ன வாங்கிக்கொண்டு வருவீங்க?’

‘நீ கேட்ட வெள்ளைத் தாமரைப்பூ...’

‘அப்பா இந்தமுறை ஏமாற்றக் கூடாது...’ அவனின் சிரிப்பு குதூகலமாகக் கேட்டது.

•

வீதியெங்கும் ராணுவத்தினர் குவிக்கப்பட்டிருந்தனர். எனக்கும் லேசாகப் பதற்றம் தொற்றிக்கொண்டது. சமாந்திரமாகச் செல்லாமல் ஒருவர் பின் ஒருவராக சைக்கிளில் சென்றோம். பொக்கற்றில் அடையாள அட்டை இருக்கின்றதுதான். ஒருதாட்டு மீண்டும் உறுதிப் படுத்திக்கொண்டேன். ராணுவம் வீதிக்கரையில் ரோந்து நடவடிக்கையில் இருந்தது. நீண்ட கம்பிகளைக் கொண்ட

வோக்கிடோக்கியை முதுகில் அணிந்திருந்த சிப்பாய் வாயருகே பிடித்து, சிங்களத்தில் பதில் சொல்லிக் கொண்டிருந்தான். அதன் இரைச்சல் சத்தம் இன்னும் சூழலைப் பதற்றமாக வைத்திருந்தது. மற்றைய சிப்பாய்கள் குப்பை விலாத்தும் கம்பிகள் சகிதம் வீதிக்கரையில் வளர்ந்துள்ள புற்களையும் சருகுகளையும் கிண்டிக் கொண்டிருந்தார்கள். வெறும் அட்டைப்பெட்டியை ஒரு ராணுவச் சிப்பாய் தயங்கித் தயங்கி புரட்டிக் கொண்டிருப்பதைக் காணும்போது அந்தப் பயம் வளர்ந்து ராட்சசக் கொடியாக என்னைச் சுற்றிப் பிடித்தது.

நாங்கள் குமரேசன் பேக்கரிக்கு வந்துசேர்ந்தோம். இரும்புக் கதவு இழுத்துச் சாத்தப்பட்டிருந்தது. பாண் வேகும் கருகல் வாசமும் மா நொதிக்கும் புளித்தவாசமும் கலவையாக வந்தன. இரண்டு முறை மரக் கதவை மெல்லமாகத் தட்ட விமலா அன்ரி கதவைத் திறந்தார் அவரின் முகத்தில் எண்ணெய் வழிந்தவாறிருந்தது. ஒருகையால் தலைசீவிக் கொண்டிருந்தார். எங்களைப் பார்த்து, ‘என்ன டியூஷன் கட் பண்ணிட்டு சுத்துறீங்களோ...’ என்று சொல்லிச் சிரித்தார். எனக்கு எரிச்சல் வந்தது. மயூரன் அண்ணா கலைந்த தலையுடன் பின் வளவில் நின்றார். அலவாங்கில் குத்தி கனக்கத் தேங்காய் உரித்திருக்க வேண்டும். வேர்வையில் கைகால்களில் பொச்சுக்கள் ஒட்டியிருந்தன. ஒடுங்கிய முகம். மெல்லிய சிவலை உடம்பு. தென்னம் மட்டைகள் போல் நீண்ட கைகள். அவர் கதைக்கும்போது அவரின் கைகள் அவருக்கு ஏற்ற வகையில் ஆடும். அவர் குரலில் ஒலிக்கும் வசீகரம் இழுத்துக் காந்தத்தில் ஒட்டிய இரும்புத்துகள்களாக அவரோடையே ஒட்டிவைத்திருக்கும்.

கொய்யா மரத்தின் கீழ் மூன்று பிளாஸ்டிக் கதிரைகளை எடுத்துப் போட்டுவிட்டு அமர்ந்தோம். குடிக்கத் தண்ணீரை போத்தலில் தந்தார். முருங்கை மரத்தில் தொங்கிக்கொண்டிருந்த மசுக்கண்ட்டியை செம்பகம் ஒன்று கொத்தித் தின்றவாறிருந்தது. பதினோராம் ஆண்டு வகுப்புப் பரீட்சைகள் எழுதிவிட்டு கிரிக்கெட் விளையாடத் தொடங்கும்போதுதான் மயூரன் அண்ணா பழக்கமானார். உற்சாகமாகப் பேசுவார். அப்போது சமாதான காலம். இயக்கக்காரரும் ராணுவத்தினரும் தங்களுக்குள் புன்னகைத்துக் கொண்டனர். அவர்மூலம்தான் மண்

மீட்புப் பயிற்சிக்குச் சென்றேன். எங்கள் பாடசாலையி லிருந்து மொத்தம் பதின்மூன்று பேர் சென்றிருந்தோம். வேறு வேறு பாடசாலைகளிலிருந்து நிறையப்பேர் வந்திருந்தார்கள். மூன்று மாதம் பளையில் இயக்கத்தின் பேசில் வைத்து பயிற்சிதந்து ஆயுதங்கள் சுடப் பழக்கினார் கள். 'தமிழீழ மக்கள் படை' என்று பெயர் சூட்டினார்கள். பயிற்சி முடிந்து, மறுபடியும் உயர்தரம் படிக்க வந்து விட்டோம். எமக்குத் தகவல் வரும்போது அவர்களது ஆணையை நிறைவேற்ற வேண்டும். அவ்வளவுதான்.

பிளாஸ்டிக் கூடையை மயூரன் அண்ணா எடுத்துவந்தார். உள்ளே பேப்பரால் சுற்றி ஏதோ வைக்கப்பட்டிருந்தது. தணிந்த குரலில் எங்களுடன் கதைக்க ஆரம்பித்தார். எனக்குப் புரிய ஆரம்பித்தது. அதை நானும் கோபியுமாக செய்யப் போகிறோம். அவரின் வாய் உதடுகள் ஒட்டாமல் பேசின. கைகளின் தசைகள் இறுகுவதும் விலகுவதுமாக இருந்தன. இதை வலு திறமாகச் செய்ய வேண்டும். எனக்குள் உற்சாகம் அலையாக எழுந்து எழுந்து ஆர்ப்பரித்தது.

'பிளேன்ரீ போடவே மயூரன்?' விமலா அன்ரி உள்ளேயிருந்து கேட்டார். யாருமே பதில் சொல்லவில்லை. மீண்டும் கத்தினார். 'ஓமோம் கொண்டாங்கோ...' என்று நான் பதிலுக்குக் கத்தினேன்.

அவர் கூடைக்குள் கையைவிட்டு எடுத்து, சுற்றிய பேப்பரை விலத்திக் காட்டினார். பச்சை நிறத்தில் வளைவாக இருந்தது. தொட்டுப் பார்த்தேன். குளிர்ந்தது.

பிளேன்ரீயை குடித்துக்கொண்டு திட்டத்தில் உன்னிப்பாக இருந்தோம். வெள்ளை பேப்பர் ஒன்றை எடுத்து மடியில்வைத்து, நீலப் பேனையால் வரைந்து மயூரன் அண்ணா பொறுமையாக விளங்கப்படுத்தினார். எல்லாம் பூரணமாக விளங்கியது. நாளும் குறிக்கப்பட்டது. கூடைக்குள்வைத்தபடியே அதை கோபியிடம் கொடுத்தார். எனக்கு நிம்மதியாகவிருந்தது. வேண்டிக் கொண்டு வெளிக்கிட்டோம். பிரதான வீதியால் செல்லாமல் ஒழுங்கைக்கால் நுழைந்து கலைந்தோம்.

•

பாடசாலை மணியடித்தது. தனுஜன் துள்ளிக் குதித்து வகுப்பறையால் ஓடிவந்தான். தண்ணீர் போர்த்தலை விட்டுவிட்டு வந்தது நினைவுக்குவர மீண்டும் வகுப்பறைக்கு ஓடினான். சுவற்றில் தொங்கிக் கொண்டிருந்தது. மூடியைக் கழற்றி அம்மா கரைத்துத் தந்ததில் மிச்சமிருந்த தேசிகாய் தண்ணீரையும் உருஞ்சி யில் சூப்பி குடித்து முடித்தான். நாளைக்கும் நாளை மறுநாளும் விடுமுறை. தங்கச்சிகளுடன் விளையாடலாம் என்ற உற்சாகம் அவனை மகிழவைத்தது. ஆசிரியர் கொடுத்த வீட்டு வேலையை மறக்கக்கூடாது என்பதில் தெளிவாக இருந்தான். இல்லாவிடில் அருட்செல்வன் மிஸ் முட்டுக்காலில் விட்டு பிரம்பால் அடிப்பார். வெள்ளை வாணிஷ் பேப்பரும், பசையும் வாங்க வேண்டும். வேறு ஏதோவொன்றும் வாங்க வேண்டும். என்ன அது மறந்து போச்சே. மூக்குக்குள் விரல்விட்டு யோசித்தான். அப்பா வெளியே வந்து நிற்பார். அவரிடம் சொல்வோம். வாசலுக்கு ஓடிப்போனான்.

கேற்றுக்கு வெளியே வந்து அப்பாவைத் தேடினான். குறுக்கும் மறுக்குமாக நிறைய மாணவர்கள் ஓடிச்சென்ற வாறிருந்தனர். சிவந்த மோட்டார் சைக்கிளில் வெள்ளை ஹெல்மெட்டில் அப்பா நிற்பாரே. எங்கே அப்பா. அவன் கண்கள் பரபரப்புடன் கூட்டத்தை விலத்தித் தேடின.

அப்பா மகோகனி மரத்தடியில் நின்றார். ஓடிச்சென்று மோட்டார் சைக்கிளில் ஏறினான்.

'அப்பா...அருட்செல்வன் மிஸ் ஹோம்வொர்க் சொன்னவா...'

'என்ன ஹோம்வொர்க்?' மோட்டார் சைக்கிள் கிக்கரை உதைத்துக்கொண்டு அப்பா கேட்டார்.

'வெள்ளைத்தாமரைப்பூ செய்ய வேண்டும்...'

'தாரைப்பூவா?'

'ஓமப்பா... சாமான் வாங்கணும்.'

●

நாங்கள் அங்கு இருக்கும்போது யாருமேயில்லை. அதிகாலை இரண்டாக இருக்கவேண்டும். தவண்டு தவண்டு

முன்னேறினோம். நாயுண்ணிச் செடிகள் மண்டிக்கிடந்தன. செம்மண் முழங்கால் முழுவதும் அப்பியது. நாய்கள் எதுவும் குலைத்துவிடக்கூடாது என்பதில் தான் எங்கள் அச்சம் இருந்தது. அது கண்டி வீதியில் ஏறும் வீதி. ஏறும் முடக்கில் வெற்றுக் காணியிருந்தது. முன்னால் வேலியடைத்திருந்தார்கள். அருகில் லைட்போஸ்ட். அதில்தான் இதனைப் பொருத்த வேண்டும். சுற்றியிருந்த பேப்பரை விலத்தினேன். பச்சை நிறத்தில் மயூரன் அண்ணா தந்த கிளைமோர் உறங்கிக்கொண்டிருந்தது. அது அடைத்துவைத்திருக்கும் சக்தி ஒரு பெண்ணின் சீற்றம்போல. கோபி கிளைமோரை வாங்கிக்கொண்டு முன்னால் சரசரவென்று பாம்பாக நகர்ந்தான். அவசரமாக எங்களுக்குக் கொடுக்கப்பட்ட அடிப்படையான பயிற்சி களை வைத்துக்கொண்டு செயல்படும் அவனின் வேகம் ஆச்சர்யப்படுத்தியது. நான் மல்லாக்காக வானத்தைப் பார்த்துக்கொண்டு திரும்பிப் படுத்தேன். பெரிய சட்டியைக் கவிழ்த்துவைத்திருந்ததுபோல் வானம் கருமை யாக இருந்தது. பென்சில் திருவல்களை ஒட்டிவைத்தது போல் நட்சத்திரங்கள் பரந்திருந்தன.

கொஞ்ச நேரத்தில் நெளிந்து நெளிந்து ஊர்ந்து கோபி வந்தான். அவன் கைகளில் இரண்டு வயர்கள் இருந்தன. நிலத்தில் அவற்றை அழுத்தி அழுத்தி இழுத்து வந்தான்.

'வச்சாச்சா?' வினவினேன்.

மூச்சை நன்றாக இழுத்துவிட்டுச் சொன்னான் 'ஓம்... சொன்ன மாதிரியே போஸ்ட்டின் அடியில் கட்டியாச்சு...'

'கோணம் எல்லாம் சரிதானே?'

'திருப்தி' அவன் கண்கள் ஒளிர்ந்தன.

அன்று நாங்கள் பாடசாலை செல்லவில்லை. அமைதியாக இருந்தோம். மதிலுக்கு அங்கால் சைக்கிளில் கோபி நிற்பான். வெடிக்கவைத்தவுடன் ஓசைப்படாமல் ஓடி அவன் சைக்கிளில் கரைந்துவிடுவதுதான் திட்டம். நான்தான் வெடிக்கவைக்க வேண்டும். கையிலிருக்கும் இரண்டு வயர்களையும் பொருத்த வேண்டும். பொருத்திய வுடன் வெடிக்கும். கரையில் படுத்திருந்தவாறுதான் செய்ய வேண்டும். மதியம் இரண்டு மணிபோல் ராணுவ

டிரக் வண்டி செல்லும். சரியாகச் செய்யவேண்டும். முதல் தாக்குதல். இப்போது நாம் புறப்பட்டோம்.

நான் தரையோடு அழுத்திப் படுத்திருந்தேன். கைகள் சாதுவாக நடுங்கின. எத்தனை ராணுவம் இறக்கும்? நெற்றியின் ஒற்றைப் பக்கத்தில் வியர்வை வழிந்தது. என் மூச்சுக் காற்றினால் தரையிலிருந்த மண் மெல்லமாகப் பறந்தது. முதல் தாக்குதல். முதல் கொலைகூட. அவர்கள் உடல்கள் எல்லாம் சிதறுமா? இதுவரை சிதறிய உடல்களை ஏதும் பார்த்திருக்கிறேனா? ஒருமுறை வாகனத்தில் அடிபட்டு குடல் பிதுங்கி செத்துக்கிடந்த நாயை மிக அருகில் பார்த்திருக்கிறேன். பேசாமல் கோபியை வெடிக்கவைக்கச் சொல்லலாமா? வேண்டாம். கேட்டால், எனக்கு மரியாதையில்லை. கைக்கடி காரத்தைப் பார்த்தேன். நேரம் சரிதான். தெரியும் பற்றை நீங்களுக்கால் வீதியைப் பார்த்துக்கொண்டிருந்தேன்.

டிரக் வந்துகொண்டிருந்தது. கைகளைப் பிசைந்தேன். ஈரத்தில் ஒட்டியது. எழும்பி ஓட வேண்டும். ஓடுவனா? செருப்பு சரியாக இருக்கின்றதா? எல்லாம் சரி. இரண்டு வயர்களையும் சரியாக இணைத்தேன். அரை விநாடியிருக்கும். 'டம்...' என்று வெடித்தது. கந்தகப் புகை வாசம் சட்டென்று வீசியது. அடுத்த கணம் கோபியின் சைக்கிளில் இருந்தேன். அவன் வேகமாக மிதித்தான். இருவருக்கும் வியர்த்தது. ஷேர்ட் கழுத்துக்கால் காற்றுப் புகுந்து வியர்வையில் தீண்டிக் குளிர்வித்தது. தூரத்தில் மேல்நோக்கி சுடுவது கேட்டது.

நான் வீட்டினுள் நுழையும்போது தொலைக்காட்சி ஓடிக் கொண்டிருந்தது. அம்மா பார்த்துக்கொண்டிருந்தார். மின்சாரம் வந்திருக்கின்றதுபோல. கதிரையிலிருந்து பார்க்கத் தொடங்கினேன். சட்டையிலிருந்து கந்தக வாசம் வந்ததுபோல் இருந்தது. திடுக்கிட்டு சட்டையைப் பார்த்தேன். ஆங்காங்கே மண் திட்டுகள். உடனே எழுந்து என் அறைக்குச் சென்றேன். கட்டிலில் உடைகள் கலைந்திருந்தன. உடைகளை எடுத்து அடுக்கினேன். கைவிரல்கள் மெல்லமாக அதிர்ந்துகொண்டிருந்தன. குளிக்க வேண்டுமாப்போல் தோன்றியது. மேசையிலிருந்த

கொப்பியை எடுத்தேன். திரிகோண கணித டியூட்டொரியலை எடுத்து எழுந்தமானதாக ஒரு கணக்கைச் செய்ய ஆரம்பித்தேன்.

அம்மா அதனைச் சொல்லும்போது நான் நித்திரைகொண்டு எழும்பியபோதுதான். 'சோமசுந்தரம் முடக்கடியில மைன்ஸ் வெடிச்சு, ஒரு ஸ்கூல் பொடியன் செத்திட்டானாம்...' அம்மாவின் குரல் புகைபோக்கி வழியே நுழையும் புகைபோல் என்னைச் சூழ்ந்தது. என் நகங்களைப் பார்த்தேன். அதற்குள் இருக்கும் அழுக்குகளை அகற்ற வேண்டும். கத்தரிக்கோலை எடுத்து நகத்தை வெட்ட ஆரம்பித்தேன். கைகள் நடுங்கின. பாதி நகத்துக்கு மேல் என்னால் வெட்ட இயலவில்லை. உடனே குளியல் அறைக்குள் சென்று நீராடினேன். வாளியால் நீரை அள்ளி அள்ளி வார்த்தேன். தேகத்தில் உரசிக்கொண்டு சென்றது.

மயூரன் அண்ணா என் தோளைத் தொட்டார். பிளாஸ்டிக் கதிரையில் அமர்ந்து இரு கைகளையும் தொடையில் தாங்கி நாடியில் முட்டுக்கொடுத்துக்கொண்டு குனிந்து அமர்ந்திருந்தேன். கரையில் அட்டையொன்று ஊர்ந்து சென்றுகொண்டிருந்தது. மீண்டும் தோளை உலுக்கினார். நிமிர்ந்து பார்த்தேன்.

'இதுக்கேன் இப்ப அழுகிறாய்?' என்றார்.

'நான் அழவில்லை' என் கண்களைத் துடைத்துக்கொண்டு நிமிர்ந்து பார்த்தேன்.

'தாக்குதலில் மக்கள் இறப்பது சகஜம்; அவர்களுக்காகத் தானே நாம் போராடுகிறோம். நீ ஒண்டும் யோசியாதை...' ஆறுதலாக மீண்டும் என் தோளைத் தடவிக்கொடுத்தார்.

'செத்த பொடியனுக்கு வயசு பத்தாம்...' என் குரலிலிருந்து அழுகை மெலிதாகக் கசிவதை உணர்ந்து திடுக்கிட்டேன். இவர்களுக்கு முன்னால் அழக்கூடாது. என்னால் இயல வில்லை. என் தொண்டை இறுகியது. இரு கைகளால் முகத்தை மூடினேன். வாயில் உப்புக் கசந்தது.

'டேய் என்னத்துக்கு இப்ப அழுகிறாய்?' கோபி எழுந்து வந்து ஆதரவாக என்னைப் பற்றினான். அவனின் கைகளைத் தட்டிவிட்டேன்.

‘ஒரு ஆமிகூட சாகலை... செத்தது பொதுசனம்... நாமவச்ச இடம் பிழை.’

‘அதுவெல்லாம் சரிதான். டைமிங்தான் பிழை.’

‘நீ சரியான ஆங்கிளில்வைக்கவில்லை. உன்னால் என் கைகளில் எல்லாம் ரத்தம்.’ இதைச் சொன்னவுடன் கோபி என்னை முறைத்துப் பார்த்தான். உள்ளூர நடுங்கினேன்.

மயூரன் அண்ணா எழுந்துவந்து இருவரையும் சமாதானப் படுத்தினார். அதைத்தான் எதிர்பார்த்திருந்தேன். இதில் நான் வெறும் கருவி. மயூரன் செய்த கொலைதான் இது. இதற்கும் எனக்கும் சம்பந்தம் இல்லை. இதை அவர் தன் வாயால் சொல்ல வேண்டும் என்று எதிர்பார்த்தேன். என் கைகளில் எந்தப் பாவமும் இல்லை.

‘முதல் தரம் தவறிவிட்டது. விடு... அடுத்தமுறை செய்யலாம்’ என்றார் மயூரன்.

●

இருபுறமும் தோரணங்கள் கயிற்றில் தொங்கிக் கொண்டிருந்தன. பேண்ட் ஒலிச்சத்தம் அதிகமாக இருந்தது. சுவர்கள் எங்கும் தொடர்ச்சியாகக் கண்ணீர் அஞ்சலி சுவரொட்டிகள் ஓட்டப்பட்டிருந்தன. ஒருவர் என் கையில் ஒரு கண்ணீர் அஞ்சலித் துண்டைத் திணித்துவிட்டு சென்றுகொண்டிருந்தார். விரித்துப் பார்த்தேன். வெள்ளை பேப்பரில் நீல மையில் அச்சாகியிருந்தது. சிறிய வட்ட முகம். அடர்த்தியான தலைமுடி. இமைகள் மெல்லிய கோடாக வளைந்திருந்தன. இவனையா நான் கொன்றேன்? பெயரைப் பார்த்தேன்... தனுஜன். கண்ணீர் அஞ்சலித் துண்டை சீராக நான்காக மடித்து ரவுசர் பொக்கற்றில் வைத்தேன்.

சீருடையில் பாடசாலை மாணவர்கள் நிறையப்பேர் குழுமியிருந்தனர். உள்ளே நுழைந்து பிரேதத்தைப் பார்க்க வேண்டும். அதுதான் அவர்கள் வீடு. சனத் திரளில் என்னை யார் என்று யாரும் கேட்கப் போவதில்லை என்ற நம்பிக்கை என்னைச் செலுத்தியது. நிறையப்பேர் செறிந்திருந்தார்கள். அனைத்துக்கும் காரணம் நான்தான். பட்டத்தின் வில்போல் என் நெஞ்சு அதிர்ந்தவாறிருந்தது. வெற்றிலைத் தட்டங்களும் போயிலையும் உலாவிக்கொண்டிருந்தன.

பிரேதப்பெட்டி நடுவில்வைக்கப்பட்டிருந்தது. அருகில் தலைவிரி கோலமாக பெண்கள். அவர்களின் கண்கள் சிவந்திருந்தன. அழுது அழுது வறண்டு ஓய்ந்த கன்னங்கள். இரண்டு சிறுமிகளும் விக்கிவிக்கி அழுதனர். பாடசாலை முடிந்து வர விளையாடலாம் என்று காத்திருந்த சகோதரிகளாக இருக்கவேண்டும். வருபவர்கள் சுற்றிப் பார்த்துவிட்டு அஞ்சலியைச் செலுத்திவிட்டு சென்ற வாறிருந்தார்கள். இறந்த பொடியனின் அப்பா அருகில் கைகள் எல்லாம் பண்டேஜால் சுற்றப்பட்டு கதிரையில் இருந்தார். அவர் முகம் தொய்ந்திருந்தது. கொஞ்சமாக அவர் முகம் நிமிர்ந்தது. அவசரமாக என் கண்களைத் திருப்பினேன். அவர் பாடசாலை முடிய மகனை மோட்டார் சைக்கிளில் ஏற்றிக்கொண்டு வரும்போதுதான் இது நிகழ்ந்தது.

தயங்கித் தயங்கி பிரேதம் அருகில் சென்றேன். என்னை முந்திக்கொண்டு ஒரு பெண்மணி சென்றார். உடனே அழுதுகொண்டிருந்த பெண்மணி உரத்த குரலில் அவரைக் கட்டிப்பிடித்து கதறி அழுதார்.

'என் மகனைப் பாருங்க... என்ன பாவம் செய்தான் இவன்? இப்படி ஆக்கிவிட்டார்களே, இப்படி கண்மண் தெரியாமல் சாக்கொல்கிறார்களே, உயிரின் மதிப்புத் தெரியுமா இவர்களுக்கு... எல்லா இளம் குருத்துக் களையும் சாகடிச்சுட்டு யாருக்காக மண் மீட்கிறார்கள்...?' மயில் அகவும் சத்தம்போல் அந்த அழுகை மிக நீளமாக இருந்தது.

இடுப்புக்குக் கீழ் எல்லாம் சிதைந்துவிட்டதாம். யாரோ யாருக்கோ சொல்லியவாறிருந்தார்கள். இப்போது ஏன் இங்கே வந்தேன்? என்னால் நிற்க முடியவில்லை. பிரதேதத்தை பார்க்காமலே வெளியேவந்தேன். சூரியனின் ஒளிகள் ஈட்டிக் கம்பிகளாக குத்தின. என் இரண்டு கைகளையும் தூக்கி என் முன்னால் விரித்துப் பார்த்தேன். சே... கொஞ்சம் முந்திப்பிந்தி வயரை இணைத்து இருந்தால் எதுவும் ஆகியிருக்காது.

கோபி என்னைப் பலமுறை அழைத்தும் நான் மீண்டும் மயூரன் அண்ணாவைச் சந்திக்கச் செல்லவில்லை. அவர்கள் அழைக்கும்போது கையடக்கத் தொலைபேசி அதிர்ந்த வாறிருந்தது. எடுக்கவேயில்லை. வகுப்புகளுக்கும்

செல்வதைத் தவிர்த்தேன். சரியாக ஏழு நாள்கள் கழித்து அவர்களைச் சந்தித்தேன். மீண்டும் அவர்களைச் சந்தித்துத்தான் ஆகவேண்டும் என்று நினைத்து இருந்தேன். ஆனால், இத்தனை வேகமாக நடக்கும் என்று எதிர்பார்க்க வில்லை.

மயூரன் அண்ணா என்னை உற்றுப் பார்த்தார். அவர் பார்வை ஊடுருவதை அறிந்து என் தேகம் புல்லரித்தது. அவர் கண்களை என் கண்கள் சந்திக்கவிடவில்லை. பார்த்தால் விழுந்துவிடுவேன். மீண்டும் பேக்கரிக்கு கூட்டிச் சென்றார்கள். பலமுறை பேசினார்கள். எனக்குள் கொந்தளித்துக்கொண்டிருக்கும் ராட்சத அலைகள் மெல்ல மெல்ல அமைதியடைந்துகொண்டிருந்தன.

‘அடுத்த முறை நான் செய்கிறேன். நீ என்கூட இருந்து வேடிக்கை பார்’ என்றார்.

வெளிவர முடியாத முடிவிலி விளையாட்டாகத் தோன்றியது.

•

நாங்கள் மூவரும் சென்றபோது பொழுது படர்ந்து கொண்டிருந்தது. இந்த முறை மோட்டார் சைக்கிள். பல்வேறு இடங்களில் கிளைமோர் தாக்குதல்கள் நிகழ்ந்து கொண்டிருந்தன. ராணுவம் சுடுவதும் தீவிரமான தேடுதல் களில் ஈடுபடுவதும் வழமையாகியிருந்தது. அதிகாலை பிரதான வீதியெங்கும் அங்குலம் அங்குலமாகச் சோதனை யிடுவார்கள். கிளைமோர் பொருத்துவது மிகவும் சிக்கலாக இருந்தது.

மயூரன் அண்ணா இந்தமுறை நேரடியாகக் களத்தில் இறங்கி யிருந்தார். நான் வெறுமனே சப்போர்ட்தான். இருநூறு மீற்றருக்கு ஒருவராக நாள் பகலாக வீதியெங்கும் ராணுவச் சிப்பாய்கள் நிறுத்தப்பட்டிருந்தனர். அவர்களின் கண்களுக்கு மண்ணைத் தூவி கிளைமோரை பொருத்தவேண்டும்.

இங்குதான் மயூரன் அண்ணா தனது யுத்தியைக் கையாண்டார். பிரதான வீதியில் மூடிய கடையின் பெயர்ப் பலகை பின்னே கிளைமோரை பொருத்துவதாக உத்தேசித்தார். இந்தமுறை வயர்களை உபயோகிக்காமல், செல்லிடத் தொலைபேசி மூலம் வெடிக்கவைக்கவிருந்தார்.

கோபியும் மயூரன் அண்ணாவும் என்னிடம் வந்து சொல்லும்போது பிரமிப்பாக இருந்தது. கிளைமோரை பொருத்திவிட்டார்கள். ராணுவ வாகனம் செல்லும்போது அழைப்பை எடுக்க வேண்டும். ரிங் அடிக்கும்போது வெடிக்கும். நேரக் கணிப்பு எல்லாம் நுட்பமாகக் கணித்து வைத்திருந்தார்கள்.

மூன்று மணிபோல் நெல்லை குளம் வைரவர் கோயிலடியில் சந்தித்தோம். கோபி எங்களிடம் இருந்து அரைக் கிலோமீற்றர் தள்ளி நிற்பான். டிரக்டர் வரும்போது அறிவிப்பான். டிரக்டர் வண்டியில் ராணுவம் கடந்து செல்லும்போது மயூரன் அண்ணா வெடிக்கவைப்பார். நான் அவரின் மோட்டார் சைக்கிளின் பின் இருக்கையில் இருப்பேன்.

ஒழுங்கையில் காத்திருந்தோம். பெரிதாக ஆள் நடமாட்டம் இல்லை. ஆறுதலாக இருந்தது. ராணுவத்தில் யாரும் சாகா விட்டாலும் பரவாயில்லை. எங்கட சனங்கள் எவருக்கும் எதுவும் ஆகிவிடக்கூடாது.

'இந்தாபிடி...' செல்பேசியை மயூரன் என்னிடம் நீட்டினார். நான் அதிர்ந்தேன்.

'என்ன இது..?'

'நீ கோல் எடு.'

'நானா... எ... எ... எனக்கு டைமிங் தெரியாது... அண்ணா நீங்களே செய்யுங்க...'

'விசரா... உனக்கு பைக் ஓட்டத் தெரியாது. நான் ரெண்டையும் செய்யக் கஷ்டம்.' இது அவர் வேணும் என்று செய்வதுபோல் இருந்தது. நன்கு திட்டமிட்டுச் செய்கிறார்கள்போலும். என் கையை இழுத்துத் திணித்தார். என் பயத்தைப் போக்கவா இது?

'அண்ணே... சரியாச் செய்ய மாட்டேன்.'

'நான் சொல்லும்போது கோல் எடு... சரியா நடக்கும்.'

இது இவர் செய்யும் செயல்தான். எனக்கும் இதற்கும் சம்பந்தம் இல்லை. உள்ளங்கை பிசுபிசுப்பில் இருந்தது.

கோபியின் அழைப்பு வந்தது. மனதார அதனை வெறுத்தேன். டிரக்டர் வருகிறது ஆறு சிப்பாய்கள் இருப்பதாகச் சொன்னான். டிரக்டர் சத்தம் தூரத்தில் கேட்டது. ஒரு முறை என் கைகளை விரித்துப் பார்த்தேன். சூடாக ரத்தம் காதுமடல்களில் பாய்ந்தவாறிருந்தது.

'எடு.'

அழுத்தினேன் ரிங் போக ஆரம்பித்தது. மயூரன் அண்ணா மோட்டார் சைக்கிளை ஒழுங்கைக்கால் வேகமாகச் செலுத்தினார். தூரத்தில் எதிர்பார்த்த 'டமார்...' என்ற சத்தம் அதிர்ந்து ஒலித்தது. குமரேசன் பேக்கரி வரும் வரை இருவரும் பேசவேயில்லை. விமலா அன்ரி குரோட்டனுக்குத் தண்ணீர் வார்த்துக்கொண்டிருந்தார். அங்கிருந்துவிட்டு பின்னேரம் வீடு வந்து நித்திரை கொண்டேன்.

சிவந்த அலைகள் எழுந்து ஆர்ப்பரித்தன. அலைகள் மேலே மயில் பறந்துவந்து அலையின் உச்சியில் அமர்ந்தது. அதன் தோகைகள் ஒவ்வொன்றாக உதிர்ந்தன. அதன் அகவல் சத்தம் பூனையின் சோகச் சத்தம்போல் நெஞ்சை அலைக்கழித்தது. படுக்கையிலிருந்து எழுந்த போது கால் நரம்புகள் நொந்தன.

மறுநாள் வெளியாகிய பேப்பரில் தலைப்புச் செய்தியில், 'ஆறு ராணுவத்தினர் கிளைமோர் தாக்குதலில் பலி. கோபத்தில் ராணுவம் அட்டகாசம். பொதுமக்கள் பலர் தாக்கப்பட்டனர். பதின்மூன்று பேர் சந்தேகத்தின்பேரில் கைது' என்ற செய்தி புகைப்படத்துடன் வெளியாகி யிருந்தது. இறந்த ராணுவ உடல்களைப் புகைப்படத்தில் காணவில்லை. மெலிதான நடுக்கம் உள்ளிருந்து எழுந்து வெளியேறியது. என் கைகளை விரித்துப் பார்த்தேன். இதை நானா செய்தேன்? இறந்த பொடியனின் உடலை நினைத்துப் பார்த்தேன்.

கைத்தொலைபேசி அதிர்ந்தது. மயூரன் அண்ணாவிடம் இருந்துதான். ஆனால் இந்த முறை அழைப்பை உடனே எடுத்தேன்.

கிடாய்

தலை அதிர்ந்து அடங்கியது. ராசையா கண்ணை விரித்துப் பார்த்தார். அவர்கள் இருந்த கோலம் காணச் சகிக்க வில்லை. விடுக்கென்று தலையத் திருப்பிக்கொண்டு வெளியே வந்தார். எத்தனையாவது தடவை என்று அவருக்கே நினைவில்லை. கொஞ்சம் கொஞ்சமாகப் பழகிய அதிர்ச்சி, இப்போது சுரணையை ஓரளவுக்குப் போகச் செய்திருந்தது. ஆனால், இதை எப்படி பொறுத்துக் கொள்வது என்று அவருக்குத் தெரியவில்லை. அடிவயிற்றில் பசி இருந்தது. உதட்டில் எச்சில் ஒட்டியது. புளிய மரத்தின் கீழே வந்தமர்ந்தார். மகளின் சைக்கிள் அடையாளம், மண் மீது தடங்களாக ஒட்டியிருந்தது. நிமிர்ந்து ஆகாயத்தைப் பார்த்தார். ஒரு பருந்து தூரத்தில் வட்டமிட்டது.

தேவி தலையை வாரி முடிந்துகொண்டு வெளியே வந்தாள். அப்படியே ராசையாவைப் பார்த்துக்கொண்டு, கொடியில் சலசலக்கும் ஆடைகளை அள்ளிக்கொண்டு உள்ளே நகர்ந்தாள். விமலரூபன் உள்ளேயிருந்து வெளியே தாவலுடன் ஓடிவந்தான். அவன் முகத்தில் வியர்வைத் துளிகள் ஒட்டியிருந்தன. கிணற்றடிக்குச் சென்று முகத்தை அலம்பினான். அதன் சத்தம் வெளியே கேட்டது. ராசையா உள்ளே எழுந்து சென்றார்.

தேவி பிறந்தபோது அவருக்கு வயது இருபத்திரண்டு. இருதய நோயினால் அவதிப்பட்ட ராசையாவின் மனைவி

வீட்டிலே அடிக்கடி சுருண்டு படுப்பார். பாயில் சுருட்டிப் போட்ட போர்வைக்குள் அவள் சூடான மெலிந்த உடல் வெதுவெதுப்புடன் இயங்கித்துடித்துக்கொண்டிருக்கும். வயலில் வேலை செய்துவிட்டு வரும்போதுதான், களை பிடுங்கவந்த காமாட்சிப் பழக்கமானாள். இழுத்துத் கட்டிய சேலையும் நிமிர்ந்து குவிந்த மார்பும், கரு நிறத்துக்கு அவளுக்கு மிகவும் எடுப்பாக இருந்தன. முப்பத்தியாறு வயதாகியும் இன்னும் கலியாணம் முடிக்காமல் இருந்தாள். எடுத்தெறிந்து எல்லாவற்றுக்கும் மற்றைய வேலையாட்களுடன் பேசினாள். சரியான வாயாடி, அவளுடன் கதைக்கப்போய் மொக்கையீனப் படுவதே தினமும் ராசையாவுக்கு வேலையாயிருந்தது. 'கூந்தலை மட்டும் வெட்டிவிட்டால், ஆண் போல்தான் இருப்பாள்' என்று ராசையா அடிக்கடி நினைத்துக் கொள்வார். அவளின் திமிர்த்தனம் அவரைச் சீண்டிக் கொண்டேயிருந்தது. நெல்லு மூட்டை அடுக்கும்போது, தூக்க காமாட்சி உதவிசெய்வாள். அப்போது அவளின் தோள் மூட்டுடன் தன் தோள்மூட்டு உரசும்போதுதான் ராசையாவுக்கு அவளின் தேகத்தின் மென்மை கிளர்த்தியது. ஏற்கெனவே அவளுக்கும் சைக்கிள் கடை சண்முகத்துக்கும் தொடுப்பு என்ற கதைவேறு ஊரில் ஊடுருவியிருந்தது. அதையும் தாண்டி காமாட்சியுடன் ராசையா கிறங்கிப் பழகினார்.

அவளின் வீடு ராசையாவினுடைய கிராமத்தின் எல்லையி லிருந்தது. தினமும் பின்னேரம் வயல் வேலைகள் முடிய, வாய்கால் தண்ணீரில் சாரத்தை மடித்துக் கட்டி, மேல் கழுவிவிட்டு தினக்கூலியை வேண்டிக்கொண்டு சைக்கிளை உருட்டியவாறு, மேல் பொத்தான் பூட்டப்படாத சேர்ட் காற்றில் தொள தொளக்க, காமாட்சியுடன் பேசிக்கொண்டு வருவார். இளைத்த இரு உடல்களும் ஒன்றோடு ஒன்று மண்ணெண்ணெய் குப்பி விளக்கொளியில் பின்னிக் கலந்தன. அவளே அனைத்தையும் கையாண்டாள்; இதிலும் அவளிடம் அவர் தோற்றுக்கொண்டே இருந்தார். ஆனால், அவளுக்குள் அடங்கியிருத்தல் அவருக்கு திருப்தியைத் தந்தது.

வீட்டுக்குள் கதை வரமுதல் மாமனார் வீட்டில் கதை தெரிந்தது. மாமனார் குடிசைப் படியேறி வந்து கத்தினார்.

அக்கம்பக்கத்து வீட்டு வேலிகள் சலசலத்தன. கிடுகு இடுக்குகளில் புதினம் பார்க்க அயலவரின் கண்கள் முளைத்தன.

'அட்டுழியம் செய்றியே... புண்டமோனே, உன்னை நம்பி அவளைக் கட்டி வைத்தேனே...' மாமனாரின் குரலின் சத்தம் எழுபது வயதிலும் இயலாமையில் கதறியது. அவருக்கு மொத்தம் ஆறு மகள்கள். ஆறாவது மகளைத்தான் ராசையாவுக்கு கட்டிவைத்திருந்தார்.

சிலாகையைப் பிடித்தவாறு நின்ற மாமனாரின் குரல் சோபை இழந்தது. அவரின் கையை சிலாகை முட்கள் குத்தின. தாடிக்குள் கண்ணீர் சொட்டக் கத்தினார். 'அட்டுழியம்...அட்டுழியம்...' வேறு வார்த்தைகள் கிடைக்காமல் தேம்பினார். தேவியும் அம்மாவும் வாசலில் குந்தியிருந்து அழுதுகொண்டிருந்தனர். தேவிக்கு நடப்பது ஓரளவுக்குப் புரிந்தது. எதுவும் பேசாமல் இருந்த ராசையா, மாமனார் புறப்பட்ட பின்னர் பாயை விரித்து வாசல் கரையில் படுத்தார். அம்மாவும் மகளும் குசினிக்குள் அழுதுகொண்டே இருந்தார்கள். விக்கல் சத்தம் அவரின் நித்திரையை இடைஞ்சல் செய்தது.

கொஞ்சநாளில் இவர்களின் வீட்டுக்குச் சற்றுத் தள்ளியிருந்த வெற்றுக் காணியில் குடியிருக்க காமாட்சி வந்தாள். கம்பு நட்டு, மண் சுவர் எழுப்பி, கிடுகு கட்டி ஒற்றை மனுஷியாக நின்று வேலையாட்களை வைத்து அதட்டி வேலைவாங்கி குடிசையைப் பூரணப் படுத்தினாள். சின்னக் குடிசை என்றாலும் உறுதியாக இருந்தது. முகப்பில் அரிக்கன் லாம்பு ஒன்றைத் தொங்க விட்டாள். அவள் வளர்க்கும் மூன்று பெண் ஆடுகளையும் ஒரு கிடாயாட்டையும் முற்றத்தில் சுதந்திரமாக மேயவிட்டாள். காமாட்சி ஒருபோதும் ராசையாவின் மனைவியை நேரில் சந்தித்தது இல்லை. அவள் யாரென்று அலட்டிக் கொண்டதும் இல்லை. அவளுக்குத் தேவை நல்லதொரு தேகம். சுகம் தீர்க்க நல்லதொரு வடிகால். அவள் யாரையும் வற்புறுத்தியது கிடையாது. வலிய வந்தால், அவளுக்குப் பிடித்திருந்தால் சம்மதம்தான். ஆனால், அவளின் திமிர்த்தனம் ஆண்களை இலகுவில் நெருங்கவிடவில்லை.

அவள், இவர்கள் வீட்டுக்கு அருகில் வந்தபின்னர், ராசையா அடிக்கடி காமாட்சி வீட்டுக்குச் சென்றுவருவது அயலவர்கள் எல்லோருக்கும் தெரிந்தது.

'ஏய்... எளிய வேசையே வெளிய வாடி...' தேவியின் அம்மா, காமாட்சியின் முற்றத்தில் நின்று கூக்குரலிட்டாள். மதிய வெயிலின் உக்கிரம் அடித்துக்கொண்டிருந்தது. காமாட்சி வெளியே எட்டிப்பார்த்தாள்.

'யாரது..? என்ன வேணும்?'

'அடியே... என்ர மனிசன என்னடி காட்டி இழுத்து வச்சிருக்கிற... நல்லா இருந்த மனுசன இப்படி சுருட்டி வச்சுட்டியே...'

'ஏ... என்ன இங்க வந்து சத்தம் போடுறா..? உன்ர மனிசன யார் சுருட்டிவச்சிருக்கிறது? அந்தாள உன்னால வச்சிருக்க முடியல, என்கிட்ட வந்து என்ன கத்திற?'

தேவி, அம்மாவின் பின்னால் நின்று பார்த்துக் கொண்டிருந்தாள். காமாட்சியின் அலட்சியம் தேவியின் அம்மாவைப் படபடவெண்டு சரிய வைத்தது. எது பேசினாலும் ஒரு வரியில் மிக எளிமையாக அடக்கினாள். உதட்டில் நக்கல் புன்னகையைப் படரவிட்டாள். அந்தப் புன்னகை ராசையாவின் மனைவியை இரும்புத் திரவத்திலான அலையாக அடித்து சுக்குநூறாக்கியது.

மண்ணை வாரித் தூற்றிவிட்டு, 'நீ நல்லாவே இருக்க மாட்டாய்' என்று கதறி தன் இயலாமையை வேறுவிதமாக வெளிப்படுத்த முடியாமல் புறப்பட்டார். முற்றத்தில் காமாட்சியின் கிடாயாடு மற்றைய மூன்று ஆடுளையும் மாறி மாறி கவலைகளின்றி புணர்ந்துகொண்டிருந்தது. அன்றைய நாள் பொழுதில் வீட்டில் சமையலே இருக்க வில்லை. தேவி பசியில் இருந்தாலும் அழவில்லை. மௌனமாகவே இருந்தாள். அம்மாவிடம் கேட்காமல் தினமும் வீட்டில் இருக்கப்பிடிக்காமல் பாடசாலை போய்வரத் தொடங்கினாள். யாரும் யாரோடும் பேசாத அமைதி நீடித்தாலும், ராசையா வீட்டுக்குவரும்போது நிசப்தம் குழம்பும்.

அவருக்குத் தேவையான நேரத்துக்குச் சரியாகச் சாப்பாடு வேணும். இல்லாவிடில் அடி விழும். முதுகில்

விளாசிவிட்டு, விழுந்துகிடக்கும் மனைவியின் தோள் மேல் காலைப் போட்டு மிதிப்பார். பொங்கிவரும் சீற்றத்தைக் காட்ட அவள் உடல் பலம் ஒத்துழைப்ப தில்லை. ராசையாவுக்கு அப்போது வலிமையான உடம்பு. ஒரு அடியே நெஞ்சை நோகவைக்கும். அத்தோடு காட்டுத் தனமாக ராசையாவுக்குப் பசிக்கும். சோறு இருந்தே ஆக வேண்டும். எப்போது சோறு இல்லாமல் இருக்குமோ, அப்போதெல்லாம் அடி. ஒரு கட்டத்தில் கணவனுடன் பேசாமலேவிட்டாள்.

காமாட்சி வீட்டில் ராசையா தினமும் வீழ்ந்து கிடப்பதும், சரியாக இரவுச்சாப்பாட்டுக்கு வருவதும் தொடர்ந்தது. அன்றையக் கூலியில் தனக்கு கைச்செலவுக்குப் போக மீதிப் பணத்தை மனைவியிடம் தவறாமல் கொடுத்துக்கொண்டே இருந்தார். காமாட்சி ஒருபோதும் அவரிடம் இருந்து பணத்தை வேண்டியது கிடையாது. இவர் ஏதும் வேண்டிக் கொடுத்தாலும்கூட ஏற்றுக்கொண்டதும் கிடையாது. ஒற்றைவரியில் மறித்து அதட்டினாள்.

எப்போதெல்லாம் காமாட்சி பற்றி பேச்சு எழுகின்றதோ அப்போதெல்லாம் ‘உனக்குத்தான் சாப்பிட, சமைக்க, மருந்துக்கு காசு தாறனல்லோ... அப்புறம் என்ன புசத்திற?’ என்று இடைவெட்டுவார். மீறிக் கதைத்தால், சண்டை உக்கிரமாகப் பறக்கும். கூந்தலை கொத்தாகப்பிடித்து, சுவற்றில் மோதித்துன்புறுத்துவார். விக்கி அழும் முகத்துடன் சுவரில் ஒட்டியபடி தேவி நிற்0பாள்.

சில சமயம் பாயில் படுத்திருக்கும்போது, இரவில் சமாதானமாக மெலிந்த குரலில், ‘என்னோட படுக்கிறதுல என்ன பிரச்னை? உங்கள் காலடியிலதானே நாயா சுற்றிக் குலைகிறன்...’ என்று கணவனிடம் நெஞ்சில் கையைப் போட்டவாறு கேட்பார். ராசையா அவரின் கையத்தட்டி விடுவார். சற்று நேரத்தில் குறட்டைச் சத்தம் கேட்கும்.

அப்பா அப்படி என்ன காமாட்சியின் வீட்டில் செய்கிறார் என்பதை யோசித்து யோசித்துப் பார்த்தாள் தேவி. ‘அம்மா... அப்பா அங்க என்னம்மா செய்கிறார்? ஏன் அங்கயே நித்திரை கொள்ளுறார்?’ தேவி அம்மாவிடம் வந்து கேட்பாள். அம்மா ஒன்றுமே சொல்லாமல் மௌனமாக அமர்ந்திருப்பார்.

அம்மா வீட்டில் சுருண்டு சுருண்டு இருமியபடி படுத்திருந்தார். அம்மா படுத்திருக்க, ஒழுங்கையால் புறப்பட்டு காமாட்சி குடிசையருகே சென்றாள். உள்ளே ஆரவாரம் கேட்டது. எப்போதெல்லாம் நேரம் கிடைகின்றதோ, அப்போ தெல்லாம் ஓடிப்போய் அந்த ஆரவாரங்களைக் கேட்பதே அவளுக்கு வேலையானது.

காமாட்சி வீட்டிலிருக்கும்போது படலையிலிருந்து யாரோ 'ராசையா... ராசையா...அடே... வெளியில வாடா' என்று கத்தித் கூப்பிட்டுக்கொண்டிருந்தார்கள். காமாட்சி வெளியே வந்து எட்டி 'என்ன?' என்று அடிக்குமாப்போல் கேட்டாள்.

'அந்த பெட்டைப் பயலைக் கூப்பிடு... அந்த மடையன் உள்ளதானே இருக்கிறான்? அவன்ட மனுசி நெருப்பு மூட்டிட்டா...'

ராசையா பதறியடித்துக்கொண்டு தன் வீடுவரும்போது எரிந்த வாடை முகத்தில் அடித்து குப்பென்று நாசியைத் தாக்கியது. உள்ளே எட்டிப் பார்த்தார். உடல் வெந்து கருகியிருந்தது. ஏறக்குறைய அவரின் மனைவி நிர்வாண மாகக் கிடந்தார். கண்கள் இருந்த இடம் தெரியாமல் வெந்து காணாமல் போயிருந்தன. தலைமயிர் உருகி ஒட்டியிருந்தது. அவரின் பிறப்புறுப்பை நீண்ட நாள் கழித்து அப்போதுதான் பார்த்தார். மாமிசச் சதையாக கருகியிருந்தது. மண்ணெண்ணெய் வாசம் கருகல் வாசத்துடன் கலந்து குமட்டவைத்தது. இரண்டு பெண்கள் சுத்திவர மூக்கைச் சேலையால் பொத்தியவாறு சுளகால் விசிறிக்கொண்டிருந்தனர். வாழை இலையை வெட்டிக் கொண்டு ஓடிவந்து யன்னலால் ஒருவர் தந்தார்.

'பெரியாஸ்பத்திரிக்குக் கொண்டு போகவேணும்...' யாரோ ஒருவர் குரல் கொடுத்தார்.

ராசையா அசையாமல் பார்த்துவிட்டு வீட்டுக்கு வெளியே வந்தார். வாசலுக்கு முன்னாலுள்ள கல்லில் குந்தியமர்ந்து கொண்டு கிறவல் வீதியைப் பார்த்தார். மகள் தூரத்தில் பாடசாலை முடிந்து தும்பியை விரட்டிப்பிடித்தவாறு நடந்து வந்துகொண்டிருந்தாள்.

●

மேசையைப் பார்த்தார். சோறும் மீன் கறியும் இருந்தன. கையைக் கழுவிவிட்டு எடுத்து ராசையா உண்ணத் தொடங்கினார். உறைப்பில் தொண்டை அடைத்து இருமியது. மகள் தண்ணீர்ப் போத்திலை அவர் முன் அடித்து வைத்தாள். நிமிர்ந்து பார்த்துவிட்டு, மறுபடியும் உண்ண ஆரம்பித்தார். அவள் அவர் கண்களைப் பார்க்காமல், நுட்பமாகத் தவிர்த்தாள். அதன் அலட்சியம் அவரைச் சீண்டியது.

தேவி பக்கத்திலிருக்கும் கலவன் பாடசாலையில் ஆசிரியராக வேலை பார்த்தவாறிருக்கிறாள். கிடைக்கும் ஊதியத்தில்தான் ராசையாவுக்குத் தவறாமல் சாப்பாடு போட்டுக்கொண்டிருந்தாள்.

விமலரூபனுக்கு பதினாறு வயசு. எங்கிருந்து வந்தான் என்பது ராசையாக்குத் தெரியவில்லை. பாடம் சொல்லிக் கொடுக்கக் கூட்டிக்கொண்டு வந்ததாகத் தெரிகிறது, ஆனால் எப்படி இருவரும் ஒன்றாகப் படுக்கையில் பின்னிக்கிடக்கிறார்கள் என்பது புரியாத புதிராகவே இருந்தது.

முதன்முதலில் பார்த்தபோது முற்றத்து புளிய மரத்தடியில்வைத்து தேவி பாடம் சொல்லிக்கொடுத்துக் கொண்டிருந்தாள். போகப்போக வீட்டுக்குள்வைத்துப் பாடம் சொல்லிக்கொடுத்தாள். முதன்முறையாக இருவரையும் அறையில் ஒன்றாக இருப்பதைப் பார்த்தபோது உடம்பில் உச்ச அழுத்தத்தில் மின்சாரம் பாய்ந்தது. கால்பாதம் சில்லிட,தேகம் குளிர்ந்தது. முகத்தைத் திருப்பிக்கொண்டு வெளியே வந்தார். மகள் தன்னுடன் கதைக்காமல்விட்டு ஏறக்குறைய பன்னிரண்டு வருடங்கள் இருக்கும். மகளுக்கும் அவனுக்கும் பதின்மூன்று வருடங்கள் வயது வித்தியாசம் வரும். கதவுகளைக்கூடச் சாத்துவது இல்லை. எப்படியும் தான் பார்ப்பேன் என்று மகளுக்குத் தெரியாதா என்ன? நான் பார்க்க வேண்டும் என்றா கதவைச் சாத்தாமல் கட்டியணைத்துப் படுக்கிறாள்? அவர் தேகம் காட்டுத்தீயாகப் பற்றி எரிந்தது.

பீடியை எடுத்துப் பற்றவைத்து புகையை ஆழமாக உள்ளே இழுத்து வெளியேவிட்டார். மீண்டும் மீண்டும் மகளின் நிர்வாண உடலே நினைவில் வந்தது. பீடியைக் கசக்கி

நிலத்தில் எறிந்தார். நிர்வாணமாக அவன் கீழே,அவள் மேலே. அவர் மனம் விரைந்து வரையும் விம்பத்தைத் தடுக்க முயலாமல் தவித்தது. கையைக் குற்றி நிலத்தில் அறைந்தார்.

விமலரூபன் ஏதுவும் நடக்காததுபோல் வெளியே கிளம்பினான். சைக்கிள் கரியரில் கொப்பியைச் சொருகிக் கொண்டு தன் பாட்டில் சென்றான். ராசையா குந்தியிருந்து நிலத்தில் நடுவிரலால் கோடுகளை மாறி மாறி வரைந்து கொண்டிருந்தார். இறங்கி ஓடிச்சென்று கேற்றுக்கு வெளியே வந்தார். தூரத்தில் இரண்டு ஆடுகள் கத்திக் கொண்டு சென்றுகொண்டிருந்தன.

தவணைக்குச் சென்று பனையோலையில் கள்ளு வேண்டி வடிய வடியக் குடித்துவிட்டு வீடுவந்தார். வீட்டினுள் நுழையாமல் வாசலிலேயே ஓலைப் பாயை விரித்து விட்டுப் படுத்தார். முற்றத்துப் புளியமரம் காற்றில் சலசலத்து ஏதோ அதன் பாஷையில் பக்கத்து மரங்களுடன் பேசுவதுபோலத் தோன்றியது. கால்பாதங்கள் வேகமாகச் சுழன்றடித்து, சுற்றிக்கொண்டு இருந்தன. எழும்பிப் பார்த்தார். விளக்கை அணைத்து மகள் உள்ளே நித்திரைக்கு சென்றிருந்ததாகத் தோன்றியது. வெளியே ஒரு காவல்காரனாக நித்திரையாகிப் போனார்.

●

‘அப்பா... தனிய இருக்க பயமாயிருக்கு. நெடுவலும் காமாட்சிட்ட போகாத...’ தேவி கேட்கும்போது மகளின் பிஞ்சு முகத்தைப் பார்த்தார். அதன்பிறகு காமாட்சியைத் தன் வீட்டுக்கே அழைத்தார். இரவு முழுவதும் அவருடனே காமாட்சி இருந்தாள். அறைக் கதவைச் சாத்திவிட்டு எப்போதும் அவர்கள் இருவரும் தனியறையில் இருந்தார்கள். விளக்கொளியில் படித்துக்கொண்டிருக்கும்போது, சில சத்தங்கள் தேவிக்குத் தெளிவாகக் கேட்கும். அவர்கள் இருவரும் தனித்திருக்கும் அறையின் கதவு பலசமயம் காற்றுக்குத் திறக்கும். தேவி இமைவெட்டாமல் பார்த்தாள்.

சில சமயம் வெளியே கசியும் சத்தத்தை ஒரு நூலாகப் பிடித்து கதவு நீக்கலுக்கால் புகுந்து பார்ப்பாள். மாமிசக்

கலவையாக அவர்கள் இருந்தார்கள். அப்பாவோடு அவளுக்குப் பேச்சு குறைந்தது.

●

தேவி நிர்வாணமாக ஓடி வந்துகொண்டிருந்தாள். உற்றுப் பார்க்க அவளின் பிறப்புறுப்பில் உரோமம் வளர்ந்து கருமையாக மூடியிருந்தது. திடுக்கிட்டு விழித்தார். காலை வெயில் சொட்டிக்கொண்டிருந்தது. தேவி குளித்து முடித்து சேலையை உடுத்தி, கொண்டை போட்டு சைக்கிளை எடுத்துக்கொண்டு பெரியமனுஷியாக பாடம் நடத்த பாடசாலைக்குப் புறப்பட்டுக்கொண்டிருந்தாள்.

பரமேஸ்வரன் தனிமையில் இருந்தார். எழுந்து சென்று தொட்டியிலிருந்த நீரில் மேல்கழுவிவிட்டு வீட்டுக்குள் சென்றார். தோசை சுட்டு தோசைக்கல்லில் வைக்கப் பட்டிருந்தது. தேவி அவருக்குத் தேவையானவற்றை எல்லாம் தவறாமல் செய்து கொடுத்துக்கொண்டிருந்தாள். ஒருபோதும் பட்டினி போட்டது கிடையாது. மகளிடம் ராசையாவுக்குப் பயம் இருந்தது. அவள் மட்டும் துரத்திவிட்டால் உண்பதற்கு எதுவும் கிடைக்காது. வலுவிழந்த கைகள். யாருமே இப்போதெல்லாம் வயல் செய்வது இல்லை. கூலி வேலைகள் எப்போதாவது கிடைக்கும். காடுகளும் பற்றைகளும் மண்டிக்கிடந்தன. அவர்களின் சொந்த நிலத்தைவிட்டு வெளியேறி இறுதியில் வந்து சேர்ந்த இடத்தில் வாடைக்கு வீடும் கிடைத்தது. எல்லாம் மகள் ஆசிரியர் ஆனதால் வெளியே கிடைத்த மரியாதை. வீட்டைவிட்டு வெளிக்கிடும்போது வெங்காயத் தட்டருகே காசு கொஞ்சம் சில்லறையாக வைத்துவிட்டு தேவி செல்வாள். ராசையா எண்ணிப் பொறுக்கிக்கொண்டு பீடியோ, சுருட்டோ வாங்கிக் கொள்ள கடைப்பக்கம் செல்வார்.

மகள் கிளம்பிச் செல்ல, சாப்பிட்டுவிட்டு அமைதியாக அமர்ந்திருந்தார். சாரத்தைத் தூக்கி தன் ஆணுறுப்பைப் பார்த்தார். கொவ்வைப் பழம்போல் சுருங்கியிருந்தது. கரமைதுனம் செய்ய ஆரம்பித்தார். கொஞ்ச நேரத்தில் சலிப்படைந்தார். உறுப்பு சுருங்கியபடியேயிருந்தது. வெறுப்பும் கோபமும் யார் யார் மேலோ காரண மில்லாமல் எழுந்து ஆர்ப்பரித்தது. பொடிநடையாக

நடந்து சந்தைப் பக்கம் சென்றார். ஆல மரத்துக்கடியில் அக்கிராமத்தின் சந்தையிருந்தது. சைக்கிள் கரியரில் மரப்பெட்டிகளில் கொண்டுவந்த மீன்களை பேரம் பேசி விற்றுக்கொண்டிருந்தார்கள். கொஞ்சம் கொஞ்சமாக சனத்திரள் அதிகரித்துக்கொண்டிருந்தது. ராசையா கொஞ்சம் தள்ளி குந்தியிருந்து பீடிக்கட்டு ஒன்றை எடுத்து நிதானமாக முழுவதும் தீரும் வகையில் ஊதித் தள்ளினார். அவருக்கு மகளை நினைக்க அச்சமாக இருந்தது. அந்த அச்சம் வேறுவகையானது. அதை ஒரு கணத்தில் உணர்ந்தார். அவரின் ஆணுறுப்பு விறைத்ததுபோல் இருந்தது. நிமிர்ந்து ஆலமரத்தைப் பார்த்தார்; மீண்டும் பசித்தபோது வீடு கிளம்பினார். அவர் சந்தைக்கு வந்தால் எப்படியும் கீரை விற்கும் மனிசிமாருடன் அளவளாவிவிட்டே நடையைக் கட்டுவார். சேலையை முழங்கால் வரை மழித்து விட்டு விட்டு பீட்ரூட் கிழங்குகளை அடுக்கிக்கொண்டிருக்கும் பெண்மணியின் தொடையைப் பார்த்தார். அந்தப் பெண்மணி இவரைப் பார்த்து சிநேகபூர்வமாகச் சிரித்தாள். இவரும் சிரித்தார், ஆனாலும் அப்படியே அவளை படுக்கப்போட்டு புணர்வதுபோல் மனம் சித்திரம் எழுப்பியது. சைக் என்று எழுந்தார். அவர்களோடு பேசுவதை தவிர்த்துக்கொண்டு வீடுவந்தார். நடையில் கால்கள் வேகமாக இயங்கியதுபோல் அவருக்குத் தோன்றியது.

வீடுவந்தபோது வீட்டுக்குள் மின்குமிழ்கள் ஒளிர்ந்தன. காலையில் நிறுத்தாமல் வந்துவிட்டோம் என்பது உறைத்தது. வீட்டுக்குள் சென்று சுவிட்சை அணைத்து விட்டு வரும்போது மேகம் இருட்டிக்கொண்டு வந்தது. குளிர்க்காற்று சாதுவாக அடித்தது. பூவரசு மரச் சருகுகள் கொட்டுண்டுகொண்டிருந்தன. மகளின் அறைக்கதவு திறந்திருந்தது. எட்டிப்பார்த்தார். உடைகள் கட்டிலில் அலங்கோலமாக இருந்தன. கொடியிலிருக்கும் ஆடைகள் நினைவில் வந்தது. மழைவர முதலில் அதனை எடுக்க அவசரமாக ஓடினார்.

வீட்டுப் பின்பக்கத்தில் பலாமரத்துக்கும் கறுத்தக் கொழும்பான் மாமரத்துக்கும் இடையில் நைலோன் கயிற்றினால் ஆடைகள் உலர்த்த கொடி கட்டியிருந்தார். தன் சாரம் ஒன்றும் மகளின் உடைகளும்

தொங்கிக்கொண்டிருந்தன. போய் எடுத்துப்பார்த்தார். தேவியின் உள்ளாடைகள் அவை. அதனைப் பார்க்க அவரின் மனம் ஒருகணம் திடுக்கிட்டது. போய் எடுத்தார். மழை தூமித்தது. அவளின் உள்ளுடையை அழுத்திப் பார்த்தார். பின் உடைகளை தோளில் போட்டுக்கொண்டு வீட்டுக்குள் ஓடிவந்தார்.

•

எப்போது எல்லாம் அந்தச் சத்தம் கேட்கின்றதோ, அப்போதெல்லாம் வீட்டின் கதவுகளை வெறித்துப் பார்க்கத் தொடங்கினார். அச்சத்தம் அரியண்டப்படுத்தியது. வீட்டுக்கு வெளியேவந்து படுக்கத் தொடங்கினார். மகள் வீட்டைவிட்டு கிளம்பிச் செல்லும் நேரம் எல்லாம் அவளையே வெறித்துப்பார்த்தார்.

பெட்டை... நாயி அரிப்பெடுத்து கவட்டை சின்னப் பயலிடம் எல்லாம் விரித்துக் காட்டுகிறாள்! அவருக்குள் கோபம் தீச்சுடராக கிளர்ந்து எரிந்தது. அமிலங்கள் உடல் முழுவதும் பரவி அசைவில்லாமல் வீழ்ந்துகிடக்க வைத்தது. அந்தப் பயல வெட்டிக் கொன்று புதைத்தால் என்ன என்றெல்லாம் யோசித்துப் பார்த்தார்.

தேவி வேலையால் வந்து குளித்துமுடித்து, ஈரத்தலை யோடு கிணற்றடியிலிருந்து வீட்டுக்குள் சென்றாள். அவளில் இருந்து சந்தன வாசம் கமழ்ந்துகொண்டிருந்தது. அதை நுகர்ந்து பார்த்தார். உடம்பில் புத்துணர்ச்சி படர்ந்தது. 'எளிய வேசை... யார ஓக்க இப்படி அலங்காரம் செய்கிறாள்?' உடனே எரிச்சல் படர்ந்து உடலை எரியவைத்தது. அவர் தேகத்திலிருந்து கருகும் வாசனை கிளம்பியதுபோல் அவருக்குத் தோன்றியது. எழுந்து தோள் மூட்டை அவசர அவசரமாகத் தட்டினார். சத்தம் கேட்டு மகள் திரும்பிப் பார்த்தாள். அவள் கண்கள் இவரின் கண்களை நேருக்கு நேராக ஒரு புள்ளியில் சந்தித்து விலகியது. அவளின் அம்மாவைப் போன்ற கண்கள். அவரைக் குத்திக் கிளித்தது. அப்படியே அவளை மல்லாக் காகக் கிடத்தி, அவளின் ஆடைகள் அனைத்தையும் உருவி நிர்வாணம் ஆக்கவேண்டும்போல் தோன்றியது. அவருக்குத் தொண்டை கடித்து பிரக்கடித்தது. அப்படியே தலையைப் பிடித்துக்கொண்டு நிலத்தில் அமர்ந்தார்.

அப்படியே குந்திக்கொண்டிருக்க, வெளியே சைக்கிள் சத்தம் கேட்டது. விமலரூபன் கொப்பிகளோடு வந்து கொண்டிருந்தான். நீல காற்சட்டை, மஞ்சள் டீஷேர்ட். தினமும் இதே உடையில்தான் இவனைக் காண்பதாக நினைவு வந்தது. அப்படியே இவனை 'வெளியில போடா நாயே...' என்று சொன்னால் என்ன என்று யோசித்தார். ஆனால், அவரால் அப்படிச் சொல்ல இயலவில்லை. ஒரு குரூரம் உள்ளுக்குள் எட்டிப்பார்த்தது. அவன் அறைக்குள் சுதந்திரமாக நுழைந்தான். எட்டிப் பார்த்தார். மேசையில் கொப்பிகளை வைத்துவிட்டு நாற்காலியில் அமர்ந்திருந்தான்.

மகளும் நுழைந்தாள், அருகிலிருந்த நாற்காலியில் அமர்ந்துகொண்டு கொப்பியைத் திறந்து ஏதோ பாடம் சொல்லிக் கொடுத்தாள். வெளியே அரை மணித்தியாலம் அமர்ந்திருப்பார். இப்போது நேரம் சரியாக இருக்கும் என்று நினைத்தார். வீட்டுக்குப் பின் சென்று, அவளின் அறைக்கதவின் நீக்கல் ஊடாகப் பார்க்க முயன்றார். அவருக்கு எட்டவில்லை. அருகிலிருந்த பாதி உக்கிய உரலை எடுத்துப்போட்டு அதன் மேல் ஏறி யன்னல் நீக்கலுக்கால் எட்டிப்பார்த்தார். மூச்சு வாங்கியது. விமலரூபன் கையத்தூக்கி மஞ்சள் டீஷர்டை கழற்றிக் கொண்டிருந்தான். அதற்கு தேவி உதவிசெய்து கொண்டிருந்தாள். அவளின் வெற்று உடம்பு சுட்டது. கூந்தல் அவளின் முதுகை மறைத்தது. கூந்தலின் நுனி அவளின் இடையத் தாண்டி பின்புறத்தடியில் கரும்பாம்பு களாக அசைந்தது. உரலில் இருந்து இறங்கி ஓடினார். முன்வாசலால் வீட்டுக்குள் நுழைந்து அறைக்கதவை உதைத்தார். வீரிட்டுக்கொண்டு கதவுகள் திறந்தன. இருவரும் விறைத்த கண்களுடன் அவரைப் பார்த்தனர். விமலரூபன் கன்னத்தில் சலாரென்று ஓர் அறைவிட்டார். அவன் சுழன்று நிலத்தில் வீழ்ந்தான். அவன் உடல் நிர்வாணமாக இருந்தது. அவனின் குறி விரிந்திருந்தது. எட்டி அதை அடித்து சப்பளிக்க வேண்டும்போல் ஒருகணம் தோன்றியது. தேவியை அப்படியே படுக்கையில் வீழ்த்தினார். அவள் அபாயமாகக் கத்த முயன்றாள். அருகிலிருந்த எதோவொரு துணியை எடுத்தார். அவள் உடல் உறைந்தது. ராசையாவின் முதுகு முழுவதும் நகக்கீறலாக இருந்தது.

மௌனமாக வெளியே வந்தார். மாமிசம் கருகிய வாசனையை மெலிதாக உணர்ந்தார். கீழே மயங்கிக் கிடந்த விமலரூபனின் உடலை இழுத்துக்கொண்டு கிணற்றடிக்கு வந்தார். தேவி அப்படியே படுக்கையில் இருந்தாள். வெளியே சலனம் ஏதும் இருக்கவில்லை. விமலரூபனைத் தன்னுடன் சேர்த்துக்கொண்டு கிணற்றில் தொபுக்கென்று வீழ்ந்தார்.

உப்பி வீங்கியிருந்த அவரின் உடலை எடுத்து வெளியே போட்டார்கள். தேவி வீட்டின் முன் கட்டிலில் எதுவுமே பேசாமல் அமர்ந்திருந்தாள். அயல் பெண்கள் அஜளைச் சுற்றி கூடியிருந்தனர். பம்மை பூட்டி கிணற்றிலிருந்த நீரை இளைஞர்கள் வெளியே முற்றிலும் இறைத்து முடித்தனர். அந்தக் கிணற்றில் அவர் உடலைத் தவிர வேறெந்த உடலும் இருக்கவில்லை. வெற்றுத் தரை பளிச்சென்று தென்பட்டது.

இணைகோடு

சைக்கிளில் வரும்போது கடைகள் முன் யாருமே நிற்கவில்லை. வழமையாக மணிச்சத்தம் ஒலிக்க ஓரமாக நிற்கும் தும்புமுட்டாஸ் வண்டியையும் காணவில்லை. ஒருவகையான வெறிச்சோடல் தென்பட்டது. அந்த துவக்கு வேட்டுச்சத்தம் ஒலித்து ஏறக்குறைய அரைமணித் தியாலம் இருக்கும். அது வழமையாக நடைமுறைப் போக்காக இருந்தாலும், செழியனுக்கு அது பயம்தரும் ஒன்றாகவே இருந்தது. டியூட்டரி கொப்பியை கரியரில் செருகிக்கொண்டு பிரதான வீதியால் சென்று கொண்டிருந்தான். பிடலை அழுத்தி மிதித்து வேகம் வேகமாக செலுத்தினான். எதிர்க்காற்று காதுமடல்களை உரசிச்சென்றது. பிரதான வீதியாயில் பிரிந்து இறங்கிச் செல்லும் சிறிய வீதியால் நுழைந்து, அவன் தன் வீட்டே செல்ல வேண்டும். வீதி பிரியும் சந்தியில் ராணுவ முகாம் இருந்தது. அந்த முகாமில் விபரீதம் எதுவும் நிகழ்ந்ததாக இருக்கலாம் என்ற அச்சம் அவனை ஆட்கொண்டது.

சைக்கிளை மிதித்து ராணுவம் முகாம் அருகே செல்லத் தொடங்க அவனது ஊகம் சரியாகவிருந்தது. வீதி முழுக்க ராணுவம் துப்பாக்கியை ஏந்திக்கொண்டு குறுக்கு மறுக்காக பூனைகள்போல் திரிந்தார்கள். அவர்களின் பச்சை உடை பதற்றத்தில் இருந்தது. கறுப்புத் துணியால் முகத்தை மூடிக்கட்டி பச்சை இரும்புத் தொப்பியுடன் சினந்து எரிந்துகொண்டு நின்றனர்.

அப்போதுதான் கவனித்தான்... ஒரு மோட்டார் சைக்கிள் சிதறி வீதியில் இழுபட்டு வீழ்ந்திருந்தது. மோட்டார் சைக்கிளின் கைப்பிடி குத்தி வீதியில் கோடு நீண்ட தூரத்துக்கு இழுபட்டு வீழ்ந்திருந்தது. அதன் மேல் ரத்தத்துளிகள் விட்டுவிட்டுத் தெறித்திருந்தன.

இரண்டு உடல்கள் குப்பறப் பார்த்தவண்ணம் வீதிக்கரையில் இழுத்துவைக்கப்பட்டிருந்தன. முகம் வீங்கி ஒரு பக்கக்கண் சிதைந்து கோரமாக இருந்தது. மற்றைய உடலை செழியனால் ஏறெடுத்துப் பார்க்க முடியவில்லை. குடல் அழுத்திப் பிசைந்தது. தயக்கத்துடன் முகாமைக் கடந்து சென்றான். தினமும் அவன் கடந்துசெல்லும் முகாம்தான். அங்கிருக்கும் ராணுவ சிப்பாய்களின் முகத்தைத் தெளிவாக நினைவுவைக்கும் அளவுக்கு முகம் செழியனின் அகத்தில் பதிந்துபோய் இருந்தது. அவர்கள் அவனை மறிக்கவில்லை.

வீதியால் திரும்பியபோதுதான் அவனுக்கு பெருத்த நிம்மதி கிளர்ந்து ஆசுவாசப்படுத்தியது. கொஞ்ச தூரம் மிதித்துச்செல்ல லான்மாஸ்டர் ஓடும் நவமணியண்ணன் தென்பட்டார். வியர்வை வழிய அவரை இடைமறித்துக் கேட்டான்.

'என்னண்ணே... சந்தியில பிரச்னை?'

'பைக்குல வேகமாக வந்திருக்கினம், ஆமி சந்தேகத்தில் மறிச்சிருக்கு. இவில் நிப்பாட்டல.. சுட்டுட்டாங்க...'

'ஓ... அப்ப பைக்குல வந்தவாங்கள் சாதாரண ஆட்களோ?'

'இல்லை என்கிறான்கள்... ஜீன்ஸ் பொக்கற்றில் இருந்து கிரனைட் எடுத்தவாங்கலாம்... கொஞ்ச நேரம்வரை ஓரே அடவாடி பண்ணினாங்கள்... போற வார சனத்துக்கு சம்பலடி...'

செழியன் யோசனையோடு வீடுவந்து சேர்ந்து தம்ளரில் இரண்டு முறை தண்ணீர் குடித்தான்.

•

மணல் தெறிக்க சிறுவர்கள் இருவர் பட்டத்தை பறக்க விட்டுக்கொண்டு தெருவழியாக பலத்த ஆரவாரத்துடன்

ஓடிச்சென்றவாறிருந்தனர். செழியன் அவர்கள் செல்ல வழிவிட்டுக்கொண்டு மெல்ல நடந்தான். வானம் சிவந்து வெளுத்து வீழ்ந்துகொண்டிருந்தது. கோமதி, புல்வெளியில் இரைமீட்டுக்கொண்டு நிக்கும். பொழுதுசாய முதல் இழுத்துக்கொண்டு வர வேண்டும். கடற்கரையை ஒட்டிய சாலையில் இறங்கி மென் மணலில் கால்புதைய காற்சட்டையை இழுத்துவிட்டுக்கொண்டு நடந்து சென்றான். 'பீப்... பீப்...' ஒலியெழுப்பிக்கொண்டு தண்ணீர் நிரப்பிய பச்சை நிற ராணுவ பௌசர் அவனைக் கடந்து பாரிய இரைச்சலுடன் சென்றது. பௌசர் குழாய் முனையில் இருந்து நீர் அன்றும் வழமைபோல் சிந்திக் கொண்டிருந்தது. சன சமூக அருகேயிருக்கும் கோயில் பொதுக் கிணற்றில் நல்ல தண்ணீர் ஊற்றெடுக்கும். அதிலிருந்து தினமும் மாலையில் ராணுவமும் தண்ணீர் நிரப்பிக்கொண்டு செல்லும். ராணுவ முகாமிலுள்ள தாங்கிகளில் வழியவழிய தண்ணீரை நிரப்பிச் செல்வார் கள். பச்சை வர்ணம் பூசிய பௌசரைக் கண்டவுடன் பவித்திராவின் நினைவே செழியன் மனதில் வெண்ணுரை யாகப் பொங்கியெழுந்தது.

கோமதி ஒருநாளைக்கு ஆறு லிற்றருக்கு மேல் பால் கறக்கும். நல்ல கறவை மாடு. புற்களையும் வைக்கோலை யும் தவிர இதுவரை விசேஷமாக ஒன்றும் அவனது அப்பா உண்ணக் கொடுத்தது கிடையாது. சிலவேளையில் அபூர்வமாக புண்ணாக்கு, தவிடு கிடைக்கும். அவ்வூரில் புற்களுக்குப் பஞ்சமே இல்லை. நீண்ட புல்வெளிகள் ஊர் நெடுகிலும் இருந்தன. கோமதியை வெறுமே மேய்ச்சலுக்கு விட்டுவிடுவான். காலையில் ஆறு மணிக்கே மாட்டை ஒட்டிக்கொண்டு சென்று சன சமூக நிலையத்துக்கு அருகேயிருக்கும் பறந்து விரிந்த புல்வெளியில் விட்டுவிட்டு வருவான். அதன் பிறகுதான் காலமைச் சாப்பாடு; பின்பு பள்ளிக்கூடத்துக்கு அரக்கப்பரக்கச் செல்வான். அவனுடைய வீட்டில் வளர்க்கும் ஒரேயொரு மாடு இதுதான். இன்னும் சொல்லப்போனால் இரண்டு கோழிகளும் ஒரு நாயும் இருந்தன. ஊரில் உள்ள எல்லாருடைய மாடுகளும் சன சமூக நிலையத்தின் அருகேயுள்ள வெளியில்தான் மேய்வது வழமையாக இருந்தது.

மாரிக்காலம் முடிந்து கொஞ்சக்காலம்தான் கடந்திருந்தது. நிலம் சதுப்பும் சேறுமாக ஒட்டியிருந்தது. வெள்ளைக் கொக்குகள் கும்பலாக கோமதியை சுற்றிக் கொண்டிருந்தன. மாட்டு இலையான்களை தேடிப்பிடித் துண்ண அவர்களுக்கிடையே கடும்போட்டி நடந்து கொண்டிருந்தது. செழியன் செல்ல, ஒருமித்துக் களைந்து பறந்தன. கோமதி அவனை நிமிர்ந்து பார்த்து, நாக்கை நீட்டி, வாயைச் சுழற்றி நக்கிச் சலனம் இல்லாமல் சாகவாச மாக இறைமீட்கத் தொடங்கியது.

செழியன் கட்டை அவிழ்த்து புல்வெளிக்கால் மாட்டின் கயிற்றைப் பிடித்துக்கொண்டு நடந்துவந்தான். அந்திப் போது கடுமையான இருட்டுக்குள் வீழ நேரம் இருந்தது. கோமதி உடம்பை அசைத்து வாலைச் சுழற்றி முதுகில் வட்டமடிக்கும் இலையானை விரட்டிக்கொண்டு மெல்ல மெல்ல அவனுக்கு இசைவாக நடந்து வந்துகொண்டிருந்தது.

கிறவல் வீதியால் இறங்கி, கோமதியை ஒருகையால் பிடித்துக்கொண்டு நடந்து வந்தான். வீதியின் இருபுறமும் பூவரசு கதியால்கள் நடப்பட்டு தென்னையோலைக் கிடுகுகளால் அடைக்கப்பட்டிருந்தன. வேலிகளைக் கடந்து கோமதியோடு நடந்துவரும்போது கால் சங்கிலியின் சிணுங்கல் சத்தம் கேட்டது. திரும்பிப் பார்க்க பின்னால் பவித்திரா தண்ணியள்ளி குடத்துடன் நடந்துவந்த வாறிருந்தாள். இடுப்பில் சில்வர் குடத்தைத் தாங்கி, கால் சங்கிலி சலங்கையிட அவளின் நடை அஜனைப் பின் தொடர்ந்துகொண்டிருந்தது. இவள் ஏன் இதால் வருகிறாள்? ஒருவேளை அப்படியாக இருக்குமோ? திடீரென்று அந்த கால் சங்கிலியின் சிணுங்கல் ஒலி எரிச்சலைத் தந்தது.

வீட்டுக்கு வந்து படலியைத் திறந்து செல்ல, வாசலில் அப்பாவின் ஆரவாரம் உள்ளே தெளிவாகக் கேட்டது. தொழுவத்தில் கோமதியைக் கட்டிவிட்டு, புதிதாகத் தண்ணீர் பிடித்து வாளியில் நிரப்ப கிணற்றடிக்குச் சென்றான். குடத்தை வீட்டில் வைத்துவிட்டு, துலாக் கிணற்றில் பவித்திரா மறுபடியும் இங்கே தண்ணியள்ளிக் கொண்டிருந்தாள். இவன் போய் நிற்க, நிமிர்ந்து இமைகளை விரித்துப் பார்த்தாள். இரு வீட்டாருக்கும் சேர்ந்தால்போல் ஒரே கிணறுதான். ஆனால், குடிநீருக்கு

இந்த நீரை உபயோகிப்பதில்லை. அதற்குக் கோயில் கிணற்றில் தள்ளிப்போய் அள்ளுவார்கள். அங்கேதான் ராணுவமும் பௌசரில் வந்து நீர் நிரப்பும்.

'என்ன தம்பி... வேளைக்கு மாட்டை கட்டியாச்சுபோல...' என்றாள். பவித்திரா பக்கத்து வீட்டுப் பெண். செழியனை விட எட்டுவருடங்கள் மூப்பு. வயது இருபதின் நடுப் பகுதிக்குள் இருக்க வேண்டும். நல்ல உயரமான மாநிற மான தேகத்தைக்கொண்டவள். முகத்தில் எப்போதும் மெலிதான குதூகலம் ஒட்டிவிட்டதுபோல் இருக்கும். குழந்தையின் குதூகலத்தன்மை அது. ஆனால், உடம்பில் இளமையின் ஊற்று செழிப்பாகத் தெரியும். பேச்சில் இனிமையான கணீர் தன்மை இருக்கும். பவித்திரா கதையளக்க, அவளோடு அளவளாவ விருப்பமாகத்தான் செழியனுக்கிருந்தது.

'நேரம் ஆகிட்டுத்தானே அக்கா. இது வழமையான நேரம் தானே...'

'ஓ... எங்க மதுரன்? அவன் சத்ததையே காணமே...'

'பவித்திரா...' அவளின் வீட்டிலிருந்து அம்மா உரத்த சுதியில் கூப்பிட்டாள்.

'முடிந்தது வாறன்...' குரலை உயர்த்திச் சொன்னாள்.

அவள் குடம் நிறையத் தண்ணீர் அள்ளிக்கொண்டு படியேறி வீட்டுக்குள் சென்றாள். அவளின் இடுப்பின் நளினத்தை கிணற்றடியில் நின்று நேர்கொண்ட கண்களால் இமைவெட்டாமல் பார்த்தான். ஒடுங்கி, சதைப்பற்றான பின்புறத்தோடு விரிந்து செல்லும் கலையில் சப்பிய லொலிப்பொப்பை நினைவுபடுத்தும் இடை. அவள் கொண்டு சென்ற குடத்தில் தண்ணீர் தளும்பிக்கொண்டிருந்தது.

செழியன் கால் முகம் அலம்பிக் கழுவிவிட்டு, வீட்டுக்குள் நுழைந்தான். சாய்வு நாற்காலியில் அப்பா வெற்றுடம்புடன் சாரத்தோடு அமர்ந்திருந்தார். நெஞ்சில் நரைபடர்ந்த ரோமம் பரவியிருந்தது. இடக்கையால் வருடியபடி கண்களை மூடி வானொலியில் பாடல் ஒன்றை செவிமடுத்தவாறிருந்தார். மஞ்சள் நிறத்தில் இன்னும் கட்டி முடிக்கப்படாத வீடு மின்குமிழ் வெளிச்சத்தில் ஒளிர்ந்தது.

குசினிப் பக்கம் சுவர் எழுப்ப வேண்டும், நிறையப் பூச்சு வேலைகள் மிச்சம் இருந்தன. கிடுகுகள் பின்னி, பின்பக்கம் அடைத்திருந்தார்கள். அம்மா குவளையில் ஆவிபறக்க தேநீரும் பனங்காய்ப் பணியாரமும் கொண்டுவந்து கொடுத்துவிட்டு, சொ0ம்பை எடுத்துக் கொண்டு கோமதியிடம் இருந்து பால்கறந்துகொண்டு வரச் சென்றார்.

மதுரன் புழுதி படிந்த கால்களுடன் ஓடிவந்தான்.

'டேய்... மணி ஆறாகப்போகுது. போய் கால், முகத்தைக் கழுவி சாமி கும்பிட்டுட்டு படிக்கப் போ' அம்மாவின் தடினமான குரல் தொழுவத்திலிருந்து எரிந்து விழுந்த துண்டாக வந்து வீழ்ந்தது.

ஆறாமாண்டில் படிக்கும் மதுரன், செழியனின் தம்பி. காற்சட்டைப் பொக்கற்றில் இருந்த போலைகளை எடுத்து கண்ணாடி போத்தல் குடுவையில் இட்டு மூடிவிட்டு, கிணற்றடிப் பக்கம் ஓடினான்.

அம்மா கறந்த பாலை, அடுப்பைப் பற்றவைத்து, ஊற்றிக் கொதிக்கவைத்து வெளியே வர, மூர்த்தி சைக்கிளில் வந்து வெளியே மணியடிக்கவும் சரியாகவிருந்தது. கறந்து வைத்திருந்த பாலை போத்தல்களில் எடுத்துச்சென்று மூர்த்தியிடம் அம்மா கொடுத்தார். அவனிடம் ஒப்டைத்து விட்டால் சரி, அவன் கொடுக்கவேண்டிய வீடுகளிடம் கொடுத்துவிடுவான். மாதம் முடிய பாலுக்கான பணத்தைப் புரட்டிவிடுவார்கள்.

இருள் நன்கு மூடிக்கவியத் தொடங்கியிருந்தது. ஒழுங்கை முழுவதும் இருளின் துயரம் வீழ்ந்திருந்தபோதும் சன நடமாட்டம் அதனைக் கிழித்துக்கொண்டிருந்தது. வீட்டு வேலிக்கு முன்பே பவித்திராவின் நடமாட்டம் தெரிந்தது. செழியன் வீட்டிலிருந்தவாறே சன்னலால் எட்டிப் பார்த்தான். பவித்திரா தாயுடன் நடந்து சென்று கொண்டிருந்தாள். பூப்போட்ட சட்டை. அவள் முழங்கால் வரை நீண்டு இருந்தது. அதன் கீழ் தெரியும் கால்கள் செழுமையாக, கவர்ச்சியாக இருந்தன. பள்ளிச் சிறுமிபோல் இரட்டை சடை கட்டியிருந்தாள். அவளின் முகவெட்டை நினைத்துக்கொண்டு மூச்சை ஆழமாக உள்ளிழுத்து வெளியேவிட்டான்.

பவித்திராவைப் பற்றிய அந்த விடயத்தை அம்மாவிடம் சொல்லுவமா என்ற சிந்தனை அவனில் தீவிரமாக வலுப்பெற்றது. எப்படி ஆரம்பிப்பது அம்மாவிடம்..? அவனுக்கு அந்திரமாய்ப் போனது.

'அம்மா...'

'என்னடா?'

'பா... ப...'

'என்ன?'

'இல்லை. பால் காய்ச்சியாச்சோ?'

'ஓம்... உனக்கு என்ன அவசரம் இப்ப?'

●

காலையில் எழும்பும்போது மணி ஐந்தைக் காட்டியது. அப்பா ஏற்கெனவே எழும்பிவிட்டார். கிணற்றடியில் அவர் ஆரவாரம் கேட்டது. செழியன் வேகவேகமாக எழும்பி, அப்பாவின் வசைச் சொற்கள் எழமுதல் கோமதியை இழுத்துக்கொண்டு புல்வெளியை நோக்கிச் செல்லத் தொடங்கினான். வயல்வெளியின் தொலைவில் வைரவர் கோயிலில் கற்பூரச் சுடர் சிவந்த தணல் பிளம்பாகத் சுடர்விடுவது தெரிந்துகொண்டிருந்தது. சிவசேகரத்தின் மகன் வேந்தனும் மாட்டை ஓட்டிக்கொண்டு அவ்வழியே வந்து அவனோடு சேர்ந்துகொண்டான். தலையில் துண்டைக் கட்டி, வாயில் வேப்பம் குச்சியைச் சப்பியவாறு மற்ற கையால் மாட்டின் கையிற்றைப் பிடித்தவாறு அவனுக்கு இணையாக ஒருவிதத் துள்ளலுடன் ஓடிவந்து கொண்டிருந்தான்.

'ஏன்டா டேய்... மோகன் சேரின் வீட்டுவேலை செய்தியோடா?' செழியன் கேட்டான்.

அவன் விசித்திரமாக நீண்ட நேரம் யோசித்துவிட்டு 'அட... செய்யலைடா' என்றான்.

'ஹூம்ம்...'

'நீ செய்தியா?'

'கொஞ்சம் செய்தன்... சரியோ தெரியலை.'

'இன்னும் நாலு மாசம்தான் சரியா ஒல் டெஸ்க்கு இருக்கு.' வேந்தன் சொல்லும்போது சிறிதளவு அச்சம் அவன் குரலில் உறைந்திருந்தது.

அவர்கள் பேசிப் பேசி சன சமூக நிலையத்தை அடைய, வானம் தெளிவடையத் தொடங்கியிருந்தது. கிளிகளின் இறக்கைச் சத்தம் விட்டுவிட்டுக் கேட்டுக்கொண்டிருந்தது. மாட்டைக் கட்டிவிட்டு, கொஞ்சம் தள்ளிப்போய் இருவரும் சௌகரியமாக சிறுநீர் கழித்தனர். சிறுநீர்த் துளிகள் நிலத்தில்பட்டு கணுக்காலில் தெறித்தவாறிருந்தன. அப்போது வேந்தன் கம்மிய குரலில் அழைத்தான் 'டேய் செழி...'

'என்னடா..?' செழியன் சிறுநீர் கழித்துக்கொண்டு திரும்பி அவன் முகத்தைப் பார்த்தவாறு கேட்டான்.

'நேற்றும்... பவித்திரா அக்காவை அங்க கண்டன்டா...'

'...'

'உண்மையாத்தான்டா. இளிச்சு இளிச்சு கதைத்துக் கொண்டிருந்தவில்...'

'பௌசரில் தண்ணியில்ல வரேக்கையோ?'

'ம்ம்ம்... அது மட்டுமல்ல. காம்ப்பிலும் பார்த்தன்டா.'

'என்னடா சொல்ற?'

அவன் சொல்வதைக் கேட்க ஒருவகையில் பூரிப்பாகவும் மறுபக்கம் வெறுப்பாகவும் இருந்தது.

'நேற்று பின்னேரம் பேணிப்பந்து விளையாடிட்டு இருக்கேக்க, பந்து வளவுக்குள் போச்சு. போய் எடுக்க நான்தான் இறங்கினான்...'

செழியன் இடைவெட்டி 'எந்த வளவு?'

'கணேசன்டியின் வளவுதான்...'

'ஓ... அப்பக்க என்ன பாத்தனி?'

'அந்த ஆமிக்காரனும், அவாவும் கதைச்சுக்கொண்டு நிண்டவில்.'

'ஓஹோ... அப்பச் சரி. ரெண்டுபேரும் லவ்தான்.'

'அது எப்படிடா ஆமியோட...'

'வெறுமே கதைச்சுட்டுத்தான இருந்தவில்?'

'இல்லையே...'

'அப்ப சொல்லுடா.' ஆர்வமாகக் கேட்டான் செழியன்.

'ஹிஹி... நான் பார்த்திட்டேனே... ஆனா, சொல்ல மாட்டேனே...'

'டேய்... சொல்லுறா... நேற்று ஸ்கூல்ல நான்தான் உனக்கு மிதிவெடி வேண்டித் தந்தனான்.' அவர்கள் இருவரும் கதைத்துப் பேசி வீடு வர, வானம் நன்கு வெளுத்திருந்தது.

•

மாலை பாடசாலை முடிந்து, வீடு வந்துவிட்டு செழியனும் பேணிப்பந்து விளையாடச் சென்றான். அவர்கள் வழமையாக விளையாடும் திடலில் விளையாட்டு ஆரம்பமானது. பேணிகளை முக்கோண வடிவில் ஒன்றின் மேல் ஒன்றாக அடுக்கி, அணி பிரித்து விளையாட்டு ஆரம்பமானது. செழியனும் வேந்தனும் இரு அணியாகப் பிரிந்தனர். ஒவ்வோர் அணியிலும் நான்கு நான்கு பேர். மயூரன் பலமாக எறியக்கூடியவன். வழமைபோல் முதலாவது சந்தர்ப்பம் அவனுக்குக் கொடுக்கப்பட்டது. டென்னிஸ் பந்தினால் எறிந்து பேணிகளைச் சிதறடித்தான். கேலியும் கூச்சலும் கிளர்ந்து எழுந்தன.டென்னிஸ் பந்தை உக்கிரமாக எறிந்து, விளையாட்டு பரபரப்பாகக் கூச்சலும் கும்மாளமும் ஒலிக்கச் சென்றுகொண்டிருந்தது. சற்று நேரத்தில் சாலையில் இரைந்துகொண்டு புகையைக் கக்கியவாறு பௌசர் சென்றது. இரண்டு ராணுவத்தினர் உள்ளேயிருந்தனர். பௌசரின் இன்ஜின் சத்தம் தொலைவில் ஓய்ந்தவுடன், செழியனும் வேந்தனும் ஓசைப்படமால் ஓணான்போல் நழுவி பனைமரத்தில் சாத்தியிருந்த சைக்கிளை எடுத்துக்கொண்டு நகரலானார்கள்.

வேந்தன் சைக்கில் பாரில் அமர்ந்திருக்க செழியன் பெடலை இறுக்கி அழுத்தி மிதித்தான். அவன் கன்னத்தின் ஓரத்திலிருந்து வியர்வை சூடாக வழிந்துகொண்டிருந்தது. வேந்தன் கைகள் இரண்டிலும் அகண்ட கான்கள்

இருந்தன. அவர்கள் போய்ச் சேர எட்டு நிமிடங்கள் சரியாகப் பிடித்தது. இருந்தும் அவர்கள் ஊகித்த கணக்கு கிஞ்சித்தும் பிழைக்கவேயில்லை. பவித்திரா அந்த ராணுவ வீரர் ஒருவருடன், குடத்தை இடுப்பில் இருந்து கைக்கு மாற்றிக்கொண்டு கிணற்றடிக் கட்டில் உரையாடிக் கொண்டிருந்தாள். கோயில் கோபுரத்தில் புறாக்களின் இறக்கை ஒலி விட்டுவிட்டுக் கேட்டது. அருகில் பௌசர் தரித்து நின்றது. மற்றைய ராணுவ வீரன் கிணற்றில் குழாயை இறக்கி, மோட்டாரை இயக்கி, பௌசருக்குள் தண்ணீரைப் பாய்ச்சுவதில் கவனமாக இருந்தான். சைக்கிளை மெதுவாக நகர்த்திக்கொண்டு உன்னிப்பாக அவர்களை பார்த்துக் கொண்டு வேந்தனும் செழியனும் அவர்கள் பக்கம் சென்றார்கள். பவித்திரா கண்களில் பூரிப்பு... நித்திய கல்யாணிப் பூக்கள்போல் மிளிர்வதும் அவள் கன்னங்கள் தும்பிகளின் இறக்கையை ஒத்து படபடப்பதையும் இருவரும் ஒருசேர கவனித்தனர்.

அந்த ராணுவ சிப்பாய் பச்சை சீருடையணிந்து அகன்ற நெஞ்சுடன் நிமிர்ந்து நின்றான். செழியன் உற்றுப் பார்த்தான். அந்த ராணுவச் சிப்பாய் நேர்மேலாக கோயில் கோபுரம் பிரமாண்டமாகத் தெரிந்தது. எண்ணற்ற சிற்பங்கள். அதில் கிருஷ்ணரின் சிற்பமும் ஈட்டி வைத்திருக்கும் காவலாளிகளின் சிற்பமும் அவன் கண்களுக்குத் தனித்துத் தென்பட்டது. ராணுவச் சிப்பாயின் ஒரு தோள் மூட்டில் துவக்கு தொங்கிக்கொண்டிருந்தது. அதை ஒரு கை அழுத்திப் பற்றியிருந்தது. இவர்கள் கிணற்றடிக்கு அருகில் சென்று கானை அழுத்தி, சீமெந்து கட்டில் வைக்க அந்தச் சிப்பாய் அவனை நிமிர்ந்து பார்த்தான்.

'ஆ... மல்லி வத்துற கண்ட எனவாதா?' என்றான். இருவரும் புரியாமல் முழுசிப் பார்த்துவிட்டு வெருண்ட சிரிப்பு ஒன்றைப் பரவவிட்டனர். பவித்திரா விரைவில் தண்ணியள்ளிக்கொண்டு நகர ஆரம்பித்தாள். இரண்டு கான்களிலும் தண்ணீரை நிரப்பிவிட்டு நடையைக் கட்டினர்.

வரும் வழியில் அந்தச் சிப்பாயின் தோற்றமே செழியனின் கண்களில் விட்டுவிட்டுத் தோன்றிக்கொண்டிருந்தது. நல்ல வெள்ளை நிறம். அகன்ற மார்பு. மீசையில்லாத மேவாய். இன்னும் தாடி, மீசை வளரவே

ஆரம்பிக்கவில்லை. இவர்களைவிட நல்ல வடிவு. மெல்லிய நீல நிறமான ரத்தினக் கற்கள் போன்ற கண்கள். அக்கண்களில் விசித்திரமான கவர்ச்சி இருந்தது.

செழியன் வீடுவர, பொழுது சாய்ந்து இருள் சூழ ஆரம்பித்திருந்தது. வாசலில் அப்பா வேப்பம் இலை களுடன் சட்டியுடன் நின்றார். நுளம்புக்கு புகைபோடப் போகின்றார். கானை உள்ளே வைக்கப்போக 'டேய்... எங்கடா சுத்திட்டு வராய்? போய் கோமதியை அவுத்துட்டு ஓடிவா... பாவம்... இருட்டுக்குள்ள அந்திரப்படப் போகுது' என்று எரிந்து வீழ்ந்தார். மீண்டும் படலையைத் திறந்துகொண்டு வந்தவேகத்தில் புறப்பட்டான்.

புல்வெளியிலிருந்த எல்லோருடைய மாடும் வீடு சென்றிருந்தன. ஒரு சில மாடுகள் மட்டும் தொலைவில் மேய்ந்தவாறிருந்தன. கோமதியைத் தேடிப்போனான். கோமதியைக் காணவில்லை. கட்டிய இடத்தில் இல்லை. மற்றைய மாடுகளின் அருகில் சென்று பார்த்தான். எந்த அறிகுறியும் இல்லை. உறைந்துபோய் விக்கித்து நின்றான்.

'கோமதி... கோமதி...' அந்த வெளியில் எந்தச் சலனமும் இல்லை. சுற்றிச் சுற்றி வெளியெங்கும் ஓடியோடி எட்டிப் பார்த்தான். கோமதியின் கால்தடம் என்று எதையும் கண்டுபிடிக்க முடியவில்லை. செழியனுக்கு மூச்சு வாங்கியது. இருள்மூடிக் கவிந்துகொண்டிருந்தது.

அடுத்த அரை மணி நேரத்தில் அவனின் வீடு அல்லோல கல்லோலப்பட்டது. அப்பா சாரத்தை மடித்துக் கட்டிக் கொண்டு புறப்பட்டார். இருட்டில் ஏதும் புலப்பட வில்லை. அரிக்கன் லாம்ப்பை கையில் ஏந்தியபடி, அந்த வெளியெங்கும் தேடியும் கோமதியைக் காணவில்லை. ஒவ்வொரு மாட்டின் உரிமையாளர்களிடமும் சென்று படலையைத் தட்டிக் கேட்டனர். எந்தத் தகவலும் தெரியவில்லை. எல்லோரும், 'நாங்கள் பார்க்கவில்லையே...' என்று கையை விரித்தனர். அப்பா, செழியனைக் கடும் சொல்லால் பேச ஆரம்பித்தார். அவனுக்கு கண்கள் பனிக்கத் தொடங்கியது.

அடுத்த நாள் காலை செழியனின் முகம் வீங்கிப் பெருத்திருந்தது. யார் கோமதியைக் களவாடியிருபார்கள்

என்பதை ஊகிக்கவே முடியவில்லை. ஊரில் இருப்பவர்கள் அனைவரும் தெரிந்தவர்கள். இதற்கு முதல் இவ்வாறு எந்தச் சம்பவமும் நடந்ததில்லை. கோமதி வழிமாறிச் சென்றிருக்க இடமேயில்லை. 'கட்டிய மாட்டை எவரோ அவிழ்த்துவிட்டிருக்கிறார்கள். ஒழுங்காகக் கட்டவில்லை' என்று அப்பா ஆதங்கப்பட்டார். நேரத்துக்கு பின்னேரப் பொழுது மாட்டையவுக்கச் சென்றிருந்தால், நிச்சயம் கோமதி தப்பியிருக்கும் என்பது அப்பாவின் சீற்றத்துக்குக் காரணமாக இருந்தது. தாமதமாகச் சென்றது செழியன். அவனால்தான் எல்லாம் என்று அம்மாவும் பொரிந்து தள்ளினார்.

சிலர் சொன்னார்கள்... 'ராணுவம் அவிழ்த்துக்கொண்டு சென்றிருக்கலாம்' என்று. அடுத்தநாள் காலைவரை கோமதியைப் பற்றி எந்தத் தகவலும் கிடைக்கவில்லை. அவனின் குடும்பம் ராணுவம்தான் பிடித்துக்கொண்டு சென்றதாக நம்பத்தொடங்கியது.

அப்பாவிடம் வாங்கிய ஏச்சுக்களை ஒவ்வொன்றாக சொல்லிக்கொண்டு வேந்தனுடன் பாடசாலைமுடிய செழியன் வந்தான். வேந்தனும் கோமதியை ராணுவம்தான் அவிழ்த்திருக்க வேண்டும் என்பதில் ஐயப்பாடுகள் எதுவும் இன்றி திடமாக நம்பினான். அப்போதுதான் அவனுக்கு அந்த விடயம் மூளையில் உதித்தது.

'டேய்... சுவரா ஆமிதான் கொண்டுபோய் இருப்பாங்க...'

'அவங்க ஏன்டா கோமதியைக்கொண்டுபோறாங்க... கொண்டுபோய் என்ன செய்யப்போறாங்க?'

'மெயின் காம்ப்புக்கு கொண்டுபோவாங்க... வேற என்னத்துக்கு... பிரியாணிபோடத்தான்.'

செழியன் திடுக்கிட்டு திரும்பிப் பார்த்தான். அவன் கண்கள் முற்றிய வற்றாலைப்பழம்போல் சிவந்திருந்தது.

'சரி... சரி... கவலைப்படாதை. ஒரு வழியிருக்கு' என்றான் வேந்தன்.

'என்ன?'

'ஆமிதான் பிடிச்சிருக்கிறாங்க... பவித்திரா அக்கா அவங்களோட நல்ல மாதிரித்தானே, அவாட்ட சொல்லி மாட்டை விடச்சொல்லி கேட்டுப் பார்க்கலாம்'

வேந்தனின் ஐடியா நன்றாக செழியனுக்கு இருந்தாலும், எப்படி பவித்திராவிடம் கேட்பது என்று புரியவில்லை.

'இன்றைக்கு பின்னேரம் அவா தண்ணியள்ள வெளிக்கிடக்க, ஒழுங்கைக்குள் மறிச்சி விசயத்தைச் சொல்லு. அவில்தான் பிடிச்சுவைச்சு இருப்பினம்விடச் சொல்லி சொல்லச் சொல்லு.'

'அவா தனக்கும் ஆமிக்கும் இருக்கிற தொடர்பை வெளிக்காட்டுவாவோ?'

'அவா ஏதும் தெரியாத மாதிரி படம் காட்டினாச் சொல்லு. அந்த ஆமியோட தனியாக்கதைக்குறது, கொஞ்சுவது எங்களுக்குத் தெரியும் பாத்திருக்கம் என்று...'

●

பவித்திரா புறப்படும் நேரம் செழியனுக்கு தெளிவாகவே தெரியும். ஏறக்குறைய அந்த நேரத்துக்குக் கொஞ்சம் முதல் புறப்பட்டு, அவா செல்லும் பாதையில் கொஞ்சம் தள்ளி நின்றான். ஒன்றிரண்டு சைக்கிள் அவனைக் கடந்து சென்றுகொண்டிருந்தன. பவித்திரா குடத்துடன் வெளியே வந்தாள். பூப்போட்ட பாவடையணிந் திருந்தாள். எக்சோரா பூவையொத்த வடிவங்கள். இவன் கொஞ்சம் தள்ளியே நின்றான். கால்சங்கிலியின் ஓசை அருகில்கேட்க, சுற்றும்முற்றும் பார்த்துவிட்டு பவித்திரா முன் போய் நின்றான். நேர்கொண்ட பார்வையால் அவனை ஊடறுத்துப்பார்த்து 'என்ன' என்பதுபோல் சைகையால் கேட்டாள்.

'ஒரு விஷயம் கதைக்கோணும் உங்களோட...'

'என்ன விஷயம்?'

'எங்கட கோமதியை ஆமிதான் பிடிச்சுக்கொண்டுபோய்ட்டு...' அவன் நிலத்தைப் பார்த்துக்கொண்டு பேச்சுக் கொடுத்தான்.

'ஓ... பாவம்.'

'நீங்கதான் அந்த ஆமிட்ட சொல்லி விடச் சொல்லணும்.'

'நானா?'

'ஓம். நீங்க அந்த ஆமியோட கதைக்கிறங்கதானே...' அவன் சொல்லி முடிய, பவித்திராவின் முகம் விகாரமாக மாறத்தொடங்கியது. செழியனுக்கும் மெலிதான உச்சாகம் பீறிட்டுக் கிளர்ந்தது.

'நீங்க கணேசன்டி ஒழுங்கைக்குள் ஆமியோட கதைக்கிறது எனக்குத் தெரியும். நான் யாரிட்டையும் சொல்லலை. நீங்க ஒருக்க கதைச்சுப் பேசி கோமதியை வேண்டித் தந்தா உபகாரமாக இருக்கும்.' தொட்டாச்சுருங்கிச் செடியை தொட்டதுபோல் சட்டென்று அவள் முகம் சுருங்கியது. முகத்தை தாழ்த்திக்கொண்டாள். செழியன் சொல்லி விட்டு திரும்பிப் பார்க்காமல் நடையைக் கட்டினான். ஒழுங்கை பேயமைதியாகவிருந்தது.

•

செழியன், வீட்டு முற்றத்தில் நடப்பட்டுள்ள அலவாங்கில் தேங்காயைக் குத்தி உரித்துக்கொண்டிருந்தான். அப்போது தான் வீட்டுப் படலையில் அந்தச் சத்தம் கேட்டது. 'மல்லி... மல்லி...' என்ற குரல்கள் செவிப்பறையை உலுக்கின. திடுக்கிட்டு வெளியே வந்து பார்த்தான். அம்மாவும் என்னவென்று பார்க்க வீட்டு வாசலில் நின்று எட்டிப் பார்த்தார்.

சைக்கிளில் இரண்டு ராணுவத்தினர் வீட்டின் படலை யடியில் நின்றனர். அவர்களின் உத்தியோகபூர்வ சைக்கிளில் இரண்டு சில்லுகளுக்கு மேலிருக்கும் மட்கார்டு எப்போதும் இருப்பதில்லை. கரியரும் செயின் கவரும்கூட சைக்கிளில் இருந்து அகற்றப்பட்டிருக்கும். அன்றும் அவ்வாறே இருந்தன. அன்றும் செழியனைக் கண்டவுடன் 'தம்பி... இங்க வாறது...' என்று ஒரு சிப்பாய் கூப்பிட்டான்.

'எ... எ... என்ன?' செழியனின் குரல் கம்மியது.

'நீ ஆமி மாடு பிடிச்சதா சொன்னதா?' சைக்கிளில் அமர்ந்திருந்தவாறு ஹாண்டிலை அழுத்திப் பிடித்துக் கொண்டு அந்தச் சிப்பாய் கொச்சைத் தமிழில் கேட்டான். அவ்விரு சிப்பாய்கள் முதுகின்மீதும் துவக்கு கொழுவி விடப்பட்டிருந்தது.

'இல்லை சேர்...' செழியன் தயங்கி ஒருமாதிரி குரலை இழுத்துச் சொன்னான். வரலாறு ஆசிரியர் கேள்வி

கேட்கும்போதே இப்படிக் குரலை இழுத்துச்சொல்வது அவன் வழமை. அம்மாவுக்கு ஏதோ விபரீதம் என்று புரிந்தது. பதைபதைப்புடன் வாசலிலிருந்து ஓடிவந்தாள்.

'உங்க புத்தா ஆமி மாடு பிடிச்சதா ஊரில சொல்லிட்டுத் திரியிறது. ஆமி மாடு பிடிச்சதா பார்த்ததா... ஓயா தக்கதா?' அம்மாவையும் செழியனையும் மாறி மாறிப் பார்த்துக் கொண்டு தடித்த குரலில் உலுக்கும் வண்ணம் கேட்டான். செழியன் நிசமாகவே நடுநடுங்கிப்போனான்.

'இல்லை சேர்... நான் பார்க்கல. அப்படிச் சொல்லவும் இல்லை.'

'பெறகு ஏன்டா எப்பா... அப்பிட்டக்கும் எங்களுட்ட தகவல் வந்தது?' அவன் சொல்லியவாறு சைக்கிளை விட்டுக் கீழிறங்கினான். செழியன் இரண்டு பாதம் பின்னால் நகர்ந்தான்.

அம்மா வெருண்ட கண்களுடன் செழியன் அருகில் வந்தாள். அம்மாவைப் பார்த்து சிப்பாய் சொன்னான்... 'மாடு களவுபோனா பொலிஸுட்ட என்ட்ரி போடுறது, ஆமிட்ட சேட்டை விடுறது இல்லை... ஹரித.'

'என்ட மோன் அப்படிச் சொல்லி இருக்க மாட்டான் சேர்.' அம்மாவின் குரல் கீறீச்சிட்டது.

அவன் நெருக்கி வந்து செழியனின் கன்னத்தில் கை வைக்குமால்போல் கையைக்கொண்டு வந்தான். செழியன் இரு கையாலும் கன்னத்தைப் பொத்திப் பிடித்தான். தோளில் இறக்கி இரும்புக்கையால் தட்டிவிட்டு, 'கவனமாய் இரு' என்று சொல்லிவிட்டு சைக்கிளில் ஏரியமர்ந்தான்.

'சரி சேர்' என்று மண்டையை இருபுறமும் ஆட்டிச் சொல்லும்போது அழுகையின் விளிம்பில் செழியன் இருந்தான். அவர்கள் புறப்பட்டுச் செல்ல, அவனின் முதல் கண்ணீர்த் துளி சிந்தி அவனின் பெருவிரலில் வீழ்ந்தது. செழியனுக்கு பெருத்த அவமானமாய்ப் போனது.

பவித்திராதான் ஆமியிடம் சொல்லியிருக்கிறாள். வெருட்ட சொல்லியும் சொல்லியிருப்பாளா? பவித்திரா மீது எரிச்சல் எரிச்சலாக வந்தது. அவளால்தான் எல்லாம்.

அப்பா, வீடு வந்தவுடன் ஒப்பாரி வெடித்துப் பரவும் குரலில் அம்மா ராணுவம் வீடுவந்து மகனை அச்சுறுத்தியதைச் சொன்னாள். அப்பா மேல்சட்டையை கழற்றிப் போட்டுவிட்டு நெஞ்சு மயிர்களைக் கோதிக் கொண்டு சிவந்த கண்களுடன் செழியனிடம் எகிறினார் 'உன்னை யார் ஆமிட்ட சொல்லச் சொன்னது..?' முதுகில் மொத்தல் மொத்தலாக இரண்டு அடியும் விழுந்தது. மதுரன் ஓரமாக அண்ணாவுக்கு அடிவிழுவதை நகம் கடித்துக்கொண்டு சுவரில் சாய்ந்தவாறு சற்று நடுக்கத்துடன் பார்த்தவாறு நின்றான்.

'நான் ஒண்டும் சொல்லலா... சொன்னது பவித்திரா அக்கா.' செழியன் கிளர்ந்து எழுந்தான். அவன் மூக்குத் துடித்தது. வாயிலிருந்து எச்சில் வடிந்து ஒழுகியிருந்தது.

'பவித்திராவா..?'

'ஓம். அவாக்கும் பௌசரில் தண்ணியில்ல வாற ஆமிக்காரனுக்கும் லவ்.'

'...'

வீடு சட்டென்று நிசப்தமானது.

செழியன் பின் முதுகை இடக்கையால் உரஞ்சிக்கொண்டு அழுத்தம் திருத்தமாகச் சொன்னான்... 'நான் ஆமி பிடிச்சுட்டுபோல என்று சாதாரணமாகத்தான் சொன்னான் தண்ணியள்ளப் போகேக்க... அவதான் கேட்டா கோமதி எங்கே என்று. அதான் சொன்னான். அவா ஆமிட்ட சொல்லி மாட்டிவிட்டுட்டா...'

'என்னடா சொல்லுற பேயா...' அம்மா அதட்டலுடன் பாய்ந்தார்.

'நெடுவலும் தண்ணியல்ல வரேக்க பாக்கிறனான். கதைச்சுக்கொண்டு நிக்கிறவா... வளவுகளுக்குள் எல்லாம் தனிய நிண்டு கதைக்கிறவியல்...'

பவித்திராவா இப்படி என்ற அதிர்ச்சி ஊற்றெடுக்க, அம்மா நம்ப முடியாமல் திகைத்து நின்றார். அப்பா கொஞ்ச

நேரம் பேசாமல் நின்றுவிட்டு, விறாந்தைக்குச் சென்றார். மதுரன் சுவரடியில் முழுசிக்கொண்டு நின்றான்.

•

அடுத்த நாள் அக்கம் பக்கம் எங்கும் அம்மாவின் மூலம் கதை பரவியது. முதலில் பவித்திராவின் வீட்டிலும், பிற்பாடு ஊரிலுள்ள மிகுதி வீட்டிலும் கதை பரவியிருந்தது. பவித்திராவின் வீடு தனித்திருந்தது. அவள் அம்மாவைக் கூட வெளியில் காண முடியவில்லை. வீட்டிலேயே முடங்கியிருந்தனர். அந்தக் குடும்பம் விரைவில் ஊராரால் துரோகிக் குடும்பமாக்கப்பட்டது. 'நடத்தை கெட்டவள்' என்ற பேச்சு வழமைபோல் உலாவியது. செழியன் வெளியில் செல்லும்போதெல்லாம் பவித்திராவைத் தேடினான். எந்த அறிகுறியையும் காண முடியவில்லை. அவளின் அப்பாவை மட்டும் ஒருமுறை வீதியில் விலத்தினான். அவர் முகம் சோர்ந்து, ஒடுங்கி, ஒட்டியிருந்தது. நகரத்தில் பலசரக்குக் கடையொன்று வைத்திருப்பவர். பொழுதுசாய கடையை பூட்டிவிட்டு சைக்கிளில் வீடு திரும்புவது அவர் வழமை. அன்றும் அவ்வாறே வந்தார். சைக்கிளில் தீவிரமாக யோசித்துக் கொண்டு நிலத்தை உற்றுப் பார்த்துக்கொண்டு அவனைக் கடந்து சென்றார்.

மூன்று நாள்களின் பின் அந்த அதிர்ச்சிகரமான செய்தியை கேள்விப்பட்டான். செழியனின் அம்மாதான் அப்பாவிடம் அதைச் சொல்லிக்கொண்டிருந்தார்... 'பவித்திரா... அந்த ஆமிக்காரனோட ஓடிப்போயிட்டாளாம்...' முதலில் அது அதிர்ச்சியாக இருந்தாலும், இரண்டு நாள்களின் பின் வழமையான செய்திபோன்றே செழியனுக்குத் தோன்றத் தொடங்கியது. உள்ளூர அவன் எதிர்பார்த்த ஒன்றாகவே புலப்பட்டது.

அன்று பேணிப்பந்து விளையாடிக்கொண்டிருக்கும்போது வேந்தன் சொன்னான்... 'டேய்... நீ பவித்திரா அக்காவை மாட்டிவிட்டிருக்காட்டி இப்படி ஆகியிருக்காதுதானே...'

'எப்படியோ ஒருநாள் தெரியவரத்தானே வேண்டும்...'

'ஹ்ம்ம்... அதுக்கு கொஞ்சக் காலம் எடுத்திருக்கும். சில வேளை அது முறிஞ்சும் இருக்கும்; நீதான் கெடுத்திட்டா.'

‘சும்மா போடா... நான் என்ன செய்தன்...’

‘ஏய்... அவாக்காண்டி அந்த ஆமி வேலையை விட்டுட்டு ஓடி இருக்கான்... ஆமிக்கு நல்ல சம்பளம் தெரியுமே. எல்லாத்தையும் விட்டுட்டு பவித்திராவுக்காக போய் இருக்கானே...’

‘உம்மையாவே எவ்வளவுடா சம்பளம் வரும்?’

‘சும்மா ரோட்டுல நிக்குறாங்களுக்கே நாப்பதுமேல போகும்...’

‘அடே... நாங்கள் எல்லாம் ஆமில சேர ஏலாதோ?’

‘டேய்... போல் வருது எடுடா...’ வேந்தன் கத்திக்கொண்டு பாய்ந்தான்.

அன்று அவன் நித்திரைகொள்ளும்போது பவித்திராவின் முகத்தை விதம்விதமாக நினைத்துப் பார்த்தான். தலைமயிரை விரித்துவிட்டு, கிணற்றடிக்கட்டில் அமர்ந்து தலைசீவும் காட்சி அவன் கண்முன்னே நிழலாடியது. இனி எப்பொழுதும் காண முடியாத காட்சி. சாதுவாக வருத்தம் எட்டிப் பார்த்தது.

எப்படி சிங்களவனை, அதுவும் ராணுவத்தில் இருக்கும் ஒருவன் மீது காதல்கொள்ள நேர்ந்தது என்பதை விதம்விதமாக யோசித்துப் பார்த்தான். ஓலைப்பாயில் புரண்டு படுத்திருந்தவாறு மீண்டும் மீண்டும் யோசித்தான். அந்த ஆமி வடிவுதான், ஆனா எப்படி? பொலிபோல் விளையாட வரும் பவித்திராவின் மச்சான்காரன் சத்தியன் அண்ணாவெல்லாம் அந்த ஆமியைவிட வடிவு. அப்புறம் ஏன் பவித்திரா சத்தியன் அண்ணாவைக் காதலிக்க வில்லை? சட்டென்று கோயில் கோபுரத்தில் இருந்த கிருஷ்ணர் சிலை கண்முன்னே விரிந்தது. அந்த ராணுவச் சிப்பாயாயின் முகத்துடன் பொருத்திப் பார்த்தான். கச்சிதமாகப் பொருந்தியது. சத்தியன் அண்ணாவின் முகத்தை பொருத்திப் பார்த்தான். கிருஷ்ணர் சிலையின் முகத்தில் பொருந்தவேயில்லை. அந்தச் சிலைக்கு அருகேயிருந்த தடித்த மீசை வைத்திருக்கும் காவலாளியின் சிற்பத்துடன் சத்தியன் அண்ணாவின் முகத்தைப் பொருத்திப் பார்த்தான். கச்சிதமாகப் பொருத்தியது. அவன் யோசித்துக்கொண்டே நித்திரைக்குச் சென்றான்.

அன்றைய நாள் அவன் வீட்டில் இன்னமோர் ஆச்சர்யம் காத்திருந்தது. கோமதி அதே சன சமூகப் புல்வெளியில் மேய்ந்துகொண்டிருந்தது. மாடு கட்டப்போன பரம்சோதி கோமதியை கண்டவுடன் செய்தியை செழியனின் அப்பாவுக்குத் தெரியப்படுத்தினார். நம்ப முடியாத ஆச்சர்யத்துடன் அப்பா ஓடிப்போய்ப் பார்த்தார். கோமதியேதான். கழுத்தில் அவர்கள் கட்டியிருந்த கயிற்றுடன் நின்றது. ஒரு வாரம் காணமல்போன மாடு எதுவும் நடக்காததுபோல் புல் மேய்ந்தவாறிருந்தது. விழிகளில் நீர் நிறைய கோமதியைப் பார்த்தார் அப்பா. அவருக்குப் போனவுயிர் திரும்பி வந்தது.

இவையெல்லாம் நடந்து முடிந்து சில மாதங்களில், சாதாரண பொதுப் பரீட்சையின் பதற்ற அலை செழியனைத் தூக்கிச்சென்றது. பேணிப்பந்து விளையாட்டும் ஓய்வுக்கு வந்தது. காலங்கள் வெகுவாக வளர்ந்து சென்றன. செழியனுக்கு மீசை, தாடி முளைவிட்டன. உயர்தர பரீட்சையில் கணிதப் பாடத்தில் தோற்றினான். காலியில் அமைத்திருக்கும் உயர் தொழில்நுட்பக் கல்லூரியில் சிவில் பொறியியல் டிப்ளோமா படிக்கச் சென்றான். புதிய நிலப்பரப்பு, புதிய நண்பர்கள் சகவாசம். எல்லாமே மாறிப் போயிருந்தன. இரண்டு தீவிரமான காதல்கள்கூட அவன் வாழ்வில் நடந்தேறி, தோல்வியில் முடிந்திருந்தன. பவித்திராவை முற்றிலுமாக மறந்திருந்தான். பவித்திரா ராணுவச் சிப்பாயுடன் சென்ற கொஞ்ச காலத்தில் பவித்திராவின் அப்பாவும் அம்மாவும் அவ்வூரைவிட்டு நீங்கியிருந்தனர்.

கொழும்பிலிருந்து காலிக்குச் செல்லும் புகையிரதத்தில் சன்னல் இருக்கையில் சாய்ந்து அமர்ந்துகொண்டு நகரும் தென்னை மரங்களை வேடிக்கை பார்த்துக்கொண்டு செழியன் அமர்ந்திருந்தான். முதுகு நொந்தது. நிமிர்ந்து, சாய்ந்து அமர்ந்துகொண்டு யோசனையில் இருந்தான். 'மகா' தனியார் நிறுவனத்தில் வேலை கிடைத்திருந்தது. காலியில் வீதி புனர் நிர்மாணிப்புப் பணியில் ஈடுபட்டுக் கொண்டிருந்தான். அவனுக்கு இருந்த ஒரே ஆசை மீண்டும் சொந்த ஊருக்குச் செல்ல வேண்டும் என்பதாகவே யிருந்தது. அவனது ஊர் அமைந்திருக்கும் பிரதேசத்திலும், 'மகா' நிறுவனம் பிராதன வீதிகளை காப்பட் வீதியாக புனர்

நிர்மாணம் செய்தவாறிருந்தது. எப்படியாவது மாற்றலாகிச் சென்றுவிட வேண்டும் என்பதே விடாப்பிடி யான விருப்பமாகவிருந்தது. இரண்டு மூன்று முறை கொழும்பில் அமைந்திருக்கும் தலைமையகத்துக்குச் சென்றும் வந்தான். எதுவும் சரிவரவில்லை. இப்போதும் கூட அந்த அலுவலை முடித்துக்கொண்டே திரும்பிய வாறிருந்தான்.

அப்போதுதான் தன்னை உற்றுநோக்கியவாறு அமர்ந்திருக்கும் அவளை கண்ணுற்றான். தன் இருக்கைக்கு முன்னிருக்கும் இருக்கையில் அவனுக்கு நேர் முன்னே இருவர் தள்ளி மூன்றவதாக அமர்ந்திருந்தாள். காற்றில் அவள் தலைமுடி பறந்தவாறிருந்தது. சற்றுப் பருத்த முகம், இளமையை இழந்து அலைச்சலுடன் இருந்தது. சுதாகரித்தபோது மூளையின் நியூரான்கள் அவளை அடையாளம் காட்டின. பவித்திராவேதான்!

இவன் அடையாளம் கண்டு தட்டுத் தடுமாறி புன்னகைத்தான்.

'எப்படி இருகிறீர்? கண்டு கனகாலம்.' அவள் இயல்பாக அக்கேள்வியை அவனை நோக்கி விட்டெறிந்தாள்.

'சுகம் சுகம்... நீங்க என்ன இங்கேயா இருக்குறீங்க..?'

'ஓம்... நான் இங்க கோல்லதான்...இருக்கன். நீர் என்ன செய்றீர்? அங்கேயிருந்து பார்க்க உம்மைப்போலத்தான் இருந்திச்சு... இருந்தும் ஒரு டவுட் நீர்தானோ என்று...'

'ஹ... ஹ... நான் இங்கே கோல் டெக்ல படிச்சன்.'

'அட... நானும் கோல்லதான் இருக்கன். எவ்வளவு காலம் இங்கே இருக்குறீர்?'

'நான் மூன்று வருஷத்துக்கு மேல இருகிறன்.' புகையிரத வண்டிச் சத்தம் அதிகரிப்பதும் குறைவதுமாக இருந்தது.

'அடக் கடவுளே... இவ்வளவு காலம் நீர் இங்கே இருந்தும் உம்மளைக் கண்டதேயில்லையே...' பவித்திராவின் முகம் பூரிப்பில் இருந்தது. அவர்கள் நீண்ட நேரம் கதைத்தனர். ஆனால், பழைய கதையை மட்டும் செழியனும் கிளறவில்லை, அவளும் ஆரம்பிக்கவில்லை.

'அப்போத இருந்து கவனிச்சன். என்ன ஒரே யோசனையா இருந்தீர்?'

'படிப்பு முடிந்து, இப்பத்தான் வேலையில சேர்ந்தேன். ஊர்ப் பக்கம் சைட்ட மாத்தி அங்கே போக யோசிக்குறன். ஆனா, சரிவருதில்லை.'

'எந்த கம்பனி?'

'மகா...'

'மகாவா? கோட்டேபாய ராஜபக்சவின் கொம்பனியல்லோ?'

'சைனா கொம்பனி. ஹ... ஹ... தெரியலை. அவருக்கும் பங்கு இருக்கலாம்!'

புகையிரத நிலையத்திலிருந்து நிறைய நேரம் மறுபடி மறுபடி மைலோ பக்கற் ஒன்றுடன் பேசியவாறிருந்தனர். தொலைபேசி எண்களை பரிமாறிக்கொண்டனர். போகும் போது அடுத்த சனிக்கிழமை மதிய உணவுக்கு வீட்டுக்குக் கூப்பிட்டாள். செழியன் தயக்கத்துடன் 'சரி' என்றான். அவனுக்கு அந்த ராணுவச் சிப்பாயைப் பார்க்க ஆர்வமாக விருந்தது.

அன்று தங்கியிருக்கும் அறைக்கு வந்து நித்திரைகொள்ள ஆயத்தமானபோது கைத்தொலைபேசியைக் கவனித் தான். பவித்திராவின் இரண்டு மிஸ்கோல் இருந்தன. அவன் அழைத்தான்.

'ஹலோ...' அழைப்புச் சென்ற முதலாவது ரிங்கிலேயே அவள் பதிலளித்தாள்.

'ஹலோ... சொரி... நித்திரையோ... குழப்பிட்டனோ...' அவள் குரலில் இன்னும் அதே குழந்தைத்தனம் இருந்தது.

'இல்லையில்லை... இப்பத்தான் போன் பார்த்தேன். சொல்லுங்க... இன்னும் படுக்கலை..?'

'ஆ... அது என்னண்டா... உம்மட வேலையைப் பற்றிச் சொன்னீர் இல்லோ, மகாவுல வேலை செய்யற ஆக்களோட நெருக்கமான ஒருவரை எனக்குத் தெரியும். முந்தி ஆர்மில இருந்தவர். எண்ட அவரண்ட ஃபிரெண்ட் ஒருவர்தான்...'

‘ஓ...’

‘அவரிட்ட கதைச்சன்... உம்ம ஒருக்கா தன்னை சந்திக்கச் சொன்னார். தான் ஒரு இமெயில் மகா மானேஜ் மெண்ட்டுக்கு அனுப்பிவைக்கிறன் என்றார். அது ஒன்றும் பிரச்னை இல்லையாம். டக்கென்று செய்யலாமாம்.’

‘ஓ... வாவ்... தாங்க்ஸ், தாங்க்ஸ். எப்படி நன்றி சொல்லுறது என்றே தெரியல.’

அவள் சிரிப்பொலி நீண்டது. அவர்கள் மேலும் சில நிமிடங்கள் கதைத்துவிட்டு ஆறுதலாக நித்திரைக்குச் சென்றனர்.

●

அவள் வீடு சிறு ஒழுங்கைக்குள் இருந்தது. மிக ஒடுக்கமான கதவு. தட்டிவிட்டு காத்திருக்க, வயது முதிர்ந்த பெண்மணி யொருவர் வெளியே வந்தார். ‘பவித்திரா...’ என்று இழுக்க, ‘உள்ளே வாங்க...’ என்று சிங்களத்தில் அழைத்தாள். நுழைய, நெருக்கமாகக் கதிரைகள் அடுக்கப்பட்டிருந்தன. மேசையில் சாப்பாடு செய்யப்பட்டிருந்தது. சமையலறையி லிருந்து பவித்திரா வந்தாள். பூப்போட்ட சட்டை. தாமரைப்பூ இதழ்கள் சட்டையெங்கும் விரிந்திருந்தன.

‘வாரும்... வாரும்... இரும்... இரும்...’ அவள் இருக்கையைக் காட்டினாள்.

‘வீடு கண்டுபிடிக்க கஷ்டப்பட்டீரோ?’

‘ச்சா... ச்சா... பெரிய கஷ்டம் என்றில்லை.’ செழியன் வீட்டை நோட்டம்விட்டான். புத்தர் புகைப்படம் மாட்டப் பட்டிருந்தது. சந்தனக் குச்சியில் நறுமணம் தவழ்ந்து கொண்டிருந்தது.

‘இவா என்ற மாமியார். அவரின்ட அம்மா...’ வாசலில் அழைத்த முதிய பெண்மணியை சுட்டிக்காட்டிச் சொன்னாள். அவர் புன்னகைத்தார். அவருடன் பவித்திரா சுத்தமான சிங்களத்தில் கதைத்துக்கொண்டிருந்தார். அந்த மதியவுணவு சிறப்பாக இருந்தது. பவித்திராவின் கணவனை மட்டும் காணவேயில்லை. வாஷ்பேஷினில் கைகழுவி முடிய துண்டைத் தரும்போது அவளிடம் கேட்டான்.

‘நீங்களும் உங்க மாமியும் மட்டுமா இருக்கீங்க..?’

‘ஓம்.’

‘ஏன் ஹஸ்பெண்ட் எங்கே?’

‘அவரைப் பிடிச்சுக்கொண்டு போயிட்டார்கள்.’

‘பிடிச்சுட்டா... யாரு?’

‘ஆமிதான்.’

‘ஆமியா?’

‘ஓமப்பன்... அவர் ஆமிலதானே இருந்தார்... எனக்காண்டி விட்டுட்டு வந்தார். நடுவுல அப்படி வரயேலாதானே... இடைவிலகின ஆக்களை பொதுமன்னிப்பில் கூப்பிட்டவியல். இவர் போன வரயேலா என்று போகலை... கொஞ்சக் காலத்தில் விசாரித்துப் பிடிச்சுட்டான்கள்...’

‘ஓ... இப்ப அவர் எங்கே?’

‘‘இப்ப சிறையில இருக்கார்... இன்னும் நாலு வருஷம் ஆகும் வெளில வர.’

‘ஓ...’ என்பதைச் சொல்வதைத் தவிர வேறு என்ன பதிலை உரைப்பது என்று செழியனுக்குத் தெரியவில்லை.

அவள், ஆல்பங்களில் இருந்து பல புகைப்படங்களைக் காட்டினாள். எல்லாவற்றையும் பொறுமையாகப் பார்த்தான். கிணற்றடியில் கண்ட அதே ராணுவச் சிப்பாய் சிவில் உடையில் அழகாகவிருந்தான்.

‘உங்கள் கணவரை வெளியில் எடுக்க அலுவல் எதுவும் பார்க்க ஏலாதா?’

‘தெரியலை. உமக்கு ஹெல்ப் செய்றதாச் சொன்ன ஹஸ்பண்டின் ஃபிரெண்ட்தான் அந்த அலுவலையும் பார்கிறார். கெதில பொது மன்னிப்பில் எடுக்கலாம் என்று சொன்னார். ஜனாதிபதிகிட்ட மனுப்போட்டிருக்கம்’ அவள் ஓர் ஏக்கத்துடன் சொல்லி முடித்தாள்.

கணவரின் நண்பன் ஹ்ம்ம்... அவனுக்கு ஏதோவொன்று உரைத்தது. கொஞ்சம் திடுக்கிட்டான். அப்போது பல காலம் முன் காணமல் போய்த் திரும்பி வந்த கோமதியின் நினைவு வந்தது. யாரோ பிடித்துக்கொண்டு போனார்கள்.

கொஞ்ச காலத்தில் திரும்பி வந்தது. ஆனால், சினைப்பிடித்து இருந்தது. பிடித்துவைத்தது யாராக இருக்கும் என்பதை கடைசிவரை ஊகித்தோ, விசாரித்தோ கண்டறிய முடியவில்லை. சிறிய அதிர்ச்சி வளர்ந்து, பெரிதாகி அவனை விழுங்கியது.

ஒரு வாரத்தில் அவனுக்கு விரும்பிய மாற்றல் கிடைத்தது. ஒரு குற்ற உணர்வு அழுத்தியது. மாற்றலை நிறுத்திவிட்டு, காலியிலேயே வேலை பார்ப்போமோ என்று யோசித்தான். 'ச்சேச்சே... இந்த அதிகாரம் படைத்தவர் களின் தொடர்பு பிற்பாடு எப்ப வாய்க்கும்?' பவித்திரா ஆமியை கலியாணம் செய்ததின் புதிர் சாதுவாக விலகியது போல் ஒரு கணத்தில் தோன்றி மறைந்தது.

செழியன் மாற்றலாகி, அவன் ஊருக்கே சென்றான். அவன் பணி சுமுகமாகச் செல்லத் தொடங்கியது. நகரமெங்கும் சதாரண வீதிகளை காப்பட் வீதிகளாக புனரமைத்துக் கொண்டிருந்தனர். கருங்கற்கள் சிறு துணிக்கைகளாக்கப் பட்டு தார் கலந்த காப்பட் கலவையை சாதாரண வீதியின் மேல் ஒப்பிவித்து, இயந்திரத்தால் மட்டமாக்கப்பட்டு பிரதான சாலைகள் மட்டும் புனரமைக்கப்பட்டுக் கொண்டிருந்தன.

தார் வாசம் வீசிக்கொண்டிருக்க இயந்திரத்தின் அருகே நின்று செழியன் கவனித்துக்கொண்டிருந்தான். சாலையில் ஆழமான கோடு ஒன்று வீழ்ந்த இடத்தின் மேல் இயந்திரம் காப்பாட் கலவையை வழித்துக் கொட்டிக்கொண்டிருந்தது. அவன் சாலையை நிமிர்ந்து பார்த்தான். சாலை நீண்டு கொண்டே சென்றது.

வெளிதல்

உதட்டில் பூசியிருந்த சாயம் இன்னும் காயவில்லை. இரண்டு உதட்டையும் ஒட்டி விரித்தாள். மூன்று நாள்களாகத் தொழில் நடக்கவில்லை. பேருந்து தரிப்பிடத்தில் நின்று நின்று கால் வலித்தது மட்டும்தான் மிச்சம். இன்று எப்படியாவது மூவாயிரத்துக்குக் குறையாமல் உழைக்க வேண்டும். பாதையில் தன்னைக் கடக்கும் ஆண்களை உற்றுப் பார்த்தாள். வானகங்களின் புகை நாசியைத் தாக்கியது. இரவு எட்டரை கடந்திருக்கும். காற்றுக்கு ஷொப்பிங் பைகள் எத்துப்பட்டு அலைந்த வாறிருந்தன. மின் விளக்குகள் சீராக எரிந்து துடித்துக் கொண்டிருந்தன. வீதியில் விரையும் வாகனங்களின் முகப்பு விளக்கின் ஒளி கண்களில்பட்டுத் தெறித்தது.

கடைசியாக வந்தவன் பல்கலைக்கழக மாவணன். மிக மென்மையாக இருந்தான். மீசையும் தாடியும் அரும்பியிருந்தன. 'தமிழ் பேசும் பெண்தான் வேணும்' என்று தேடி அலைந்து வந்திருந்தான். அன்று இரவு முழுவதும் மார்பை இரு கைகளால் ஏந்தி, கசக்கிக் கொண்டிருந்துவிட்டு, உதடு வலிக்கும் வரை முத்தமிட்டு, புணர்ச்சியில் தேகம் களைக்க களைக்க ஈடுபட்டான். உடல்கள் இரண்டும் நிர்வாணமாக ஒட்டியிருந்தன. முதலாவது புணர்ச்சி முடிய அவனோடு பேச்சுக் கொடுத்தாள். அவளின் கேசம் அவனின் வெற்று மார்பில்

தோகையாக விரிந்திருந்தது. தன்னிலும் வயது குறைந்த பொடியன்களுடன் கலவி முடிந்த பின் பேசும்போது அவர்களிடமிருந்து கிளர்ந்து வரும் வாசம் அவளுக்கு மிகவும் விருப்பமானது.

'தனியா இருக்கியா?' அவளின் குரலில் இருந்த ஒருமை அவனைச் சீண்டி இருக்கலாம். இருந்தும், மறுக்காமல் அவனும் பேசினான். 'ம்ம்... இல்லை. நண்பர்களுடன் ரூமில் தங்கியிருக்கிறேன்' என்றான்.

'கேர்ள் ஃபிரெண்ட் யாரும் இல்லையா?' அக்கேள்விக்கு அவனிடம் சலனம் ஏதும் இருக்கவில்லை. எந்தப் பதிலும் சொல்லாமல் அவளை அணைத்துப் படுத்திருந்தான். மீண்டும் மார்பின் மென்மைக்குள் புகுந்துவிட்டு புணர்ச்சியில் ஈடுபடத் தொடங்கினான். வாகினிக்கு மனதில் புன்னகை விரிந்தது. இப்படியான பொடியன்கள் அநேகருக்கு காதலிகள் ஊரில் இருக்கும். அவர்களுடன் ஊர் சுற்றவோ, முத்தம் கொடுக்கவோ, புணரவோ இயலாது. அவர்கள் மீது தீராத அன்பில் இருப்பார்கள். ஆனால், இங்கு வந்து கலவியில் தங்களைத் தொலைத்து, புதுப்பித்துவிட்டுச் செல்வார்கள்.

விடலைப் பொடியன்கள்தான் வெற்று மார்பின் மீது அதீத பரவசத்தில் இருப்பார்கள். தயங்கித் தயங்கி, கழுத்துக்கால் கையை நுழைப்பார்கள். குளிர்ந்த ஆற்று மணலில் கையை நுழைக்கும்போது ஏற்படும் மென்மையை உணரும்போது அவர்கள் தேகம் உதறி இன்புறும்.

ரத்னபாலாவைக் கொஞ்ச நாளாகக் காணவில்லை. எந்தக் கவலை என்றாலும், அவனோடு கொஞ்சநேரம் பேசினால் போதும். இனிமையாகப் பேசியே நீக்கிவிடுவான். நிறையப் புத்தகங்கள் வாசிப்பான். ஏதாவது ஒரு புத்தகத்தை மேற்கோள் காட்டிக்கொண்டேயிருப்பான். பெரும்பாலும், அவளுக்கு அவை புரிவதேயில்லை. ஆனால், கைகளைக் குழியாக்கி, கன்னங்களை புதைத்துக் கொண்டு புன்னகையுடன் கேட்பாள்.

சீழ்க்கையடித்துக் கூப்பிடுவது கேட்டது. ரத்னபாலாவாக இருக்குமோ... அவசரமாக நினைவுச் சுழிகளை வெட்டித் திரும்பிப் பார்த்தாள். அது ரத்னபாலா இல்லை. நடுத்தர வயது நபர் ஒருவன்.

‘வரயேலுமோ?’ தமிழ் என்று எப்படிக் கண்டுபிடித்தான்? தன்னைவிட வயது அதிகம்போல் தோன்றியது.

‘எவ்வளவு நேரத்துக்கு?’

‘காலையில் விட்டுவிடுவேன்.’

‘ஐய்யாயிரம் ரூபாய். ரூம் நீங்கதான் போடணும்.’

‘ரூம் இல்லை. வீடுதான்.’

‘அப்ப சரி.’

முதல் பார்வையிலேயே அவளுக்கு அவனைப் பிடித்துக் கொண்டது. நன்கு ஷேவ் செய்யப்பட்ட முகம். தலைமயிரை படித்து வாரியிருந்தான். அவனோடு இணையாக பக்கவாட்டில் நடந்தாள். அவனின் மனைவியாக நினைத்துப் பார்த்தாள். கையில் ஒரு குழந்தை. கிலுகிலுப்பையைக் குழந்தை ஆட்டுகின்றது. குழந்தை ஆணா, பெண்ணா? அவள் யோசிக்க,கையைத் தட்டி கடந்து சென்ற முச்சக்கரவண்டியை மறித்து ஏற்றிக்கொண்டான்.

மிகக் குறுகிய ஒடுங்கிய வீடு. திரைச்சீலைகள் பழுப்பேறி யிருந்தன. யாருமே வீட்டிலில்லை. அவர்களின் தனிப்பட்ட விடயங்களை அவள் கேட்பதில்லை. கலவி முடிய பெரும் பாலானவர்கள் அவள் கேட்காமலேயே சொல்வார்கள்.

அவன் இயங்கத் தொடங்கியபோது மென்மையாகத்தான் இருந்தது. சடாரென்று வேகம் கட்டுக்கடங்காமல் வீரியமாகப் பாய்ந்தது.நீருக்குள் முகிழ்ந்து எழுவதுபோல் அவளுக்குள் அவன் அமிழ்ந்து முகிழ்ந்து எழுந்தான். மார்பின் மீது அவன் கையை அழுத்தியபோது வலியில் முனகினாள். யோனி எரியத் தொடங்கியது. அதன் ஓரங்களை கைகளால் தடவினாள். எப்போது கடைசியாக மெடிக்கல் செக்கப்புக்கு சென்றோம்? அவன் மீண்டும் அழுத்தி இழுத்து நுழைந்துகொண்டே இருந்தான். அவள் கிறங்கிக் கிடந்தாள். அவனின் அகங்காரம் அவளுக்குப் பிடித்ததாக இருந்தது. தன்னோடு இணையாக முயங்க வாய்ப்புத் தந்துகொண்டேயிருந்தான். சில நேரங்களிலே இந்த வாய்ப்பு அவளுக்குக் கிட்டும். பெரும் பாலானவர்கள் அவளைப் படுக்கையில் சடமாகக் கிடத்தி விட்டு ஆடுவார்கள். பதிலுக்கு அசைந்தால் கோபம் வரும். அவர்களின் மனைவிமாரை நினைக்கும்போது

குரூரமான இன்பமாக இருக்கும். படுக்கையில் தினமும் அசையாமல் இருக்க வேண்டும். தினமும் ஒருவனோடு. சுருங்கிய எலும்பைத் தின்னும் வாழ்வு. தனக்கு இதில் எத்தனை சுதந்திரம். ஆற்று நீரில் மிதக்கும் பச்சிலைபோல் இன்பத்தில் அவள் மிதந்துகொண்டிருந்தாள்.

அவளின் மடியில் படுத்திருந்தான். தலையைத் தட்டி விட்டாள். அவளின் தொடையில் சூடான கண்ணீர்த் துளிகள் பொட்டுப் பொட்டாகச் சொட்டின. கண்ணை அவசரமாக துடைத்துக்கொண்டு எழுந்தான். விலகிய கைகளை இறுகப் பற்றினாள்.

'என்னாச்சு..?'

அவன் எதுவும் பேசமால் மௌனமாக இருந்தான். அந்த அழுகை அவளுக்குள் இன்பத்தை சுரக்கவைத்தது. காதலிக்கு துரோகம் செய்துவிட்டதாக அழும் ஆண்கள், மனைவியோடு திருப்தியில்லை என்று புலம்பும் ஆண்கள். எல்லா வகையான ஆண்களின் அழுகைகள் அவளை ரசிக்கவைத்தன. வீதியில் அலட்சியப் பார்வையுடன் கர்வமாக விலத்திச் செல்லும் அவர்கள் மண்டியிட்டு அழும் தருணங்களை விரும்பினாள். ஒவ்வோர் அழுகையும் அவளை திருப்திப்படுத்தின. அவர்களுக்குள் ஒளிந்திருக்கும் ரகசியங்களுக்குள் தனது கைகளை நுழைத்து கலைத்துப் போட்டாள்.

'மனுஷிக்காரிக்கு துரோகம் செய்கிறோம் என்று அழுறியா?'

அவன் சின்னத் திடுக்கிடலுடன் அவளை ஏறிட்டுப் பார்த்தான். தன் உள்ளடுக்கை தெளிவாக விலத்திப் பார்த்து விட்டாளோ என்று அஞ்சினான். அவன் விரல் நுனிகளுக்குள் மென்மையான பதற்றம் இருந்தது. யாரிடமும் சொல்ல விரும்பாத ரகசியங்களை பெண்கள் ஊகித்தறிகிறார்கள். அவனின் கன்னத்தை மென்மையாகத் தடவினாள். அவன் உருக்குலைந்து உள்ளே உடைந்து விழுந்தான்.

'மூன்று வருஷத்துக்கு முதல் என் மகன் ரெயின் அக்சிடண்டில் செத்திட்டான். குடும்பத்தில் எல்லாம்

குழம்பிப் போச்சு. என்ர மனுஷிக்கு அதில மூளை சுகமில்லாமல் போச்சு.' அவன் தயக்கம் இல்லாமல் சொல்ல ஆரம்பித்தான். இந்தத் தருணங்களில் முகத்தில் எந்த உணர்ச்சிகளையும் வெளிக்காட்ட மாட்டாள். அவர்களுக்கு தான் கொடுக்கும் ஆறுதலின்போது அவர்கள் கரைவதைப் பார்க்க உள்ளூரப் பெருமிதமாக இருக்கும். அந்தக் கணங்களில் அவர்களின் மனைவிமார் களைவிட மேலானவளாகத் தன்னை உணர்வாள். அதில் கிடைக்கும் இன்பம் மீண்டும் மீண்டும் திடுக்கிடவைப்பது.

'அதற்குப் பின் அவளோடு சேர்ந்து இருந்ததில்லை, இப்ப அவளுக்கு சரியான சுகம் இல்லை. அங்கொட ஆஸ்பத்திரியிலே இருக்கிறாள். அவளைச் சமாளிக்கிறது சரியான கஷ்டம்...' அவள், அவனை அணைந்து இயங்க ஆரம்பித்தாள். வேப்பம் மரத்தில் சரசரவென்று வெடிப்பு கள் எழுவதுபோல் அவனுக்குள் அவள் நுழைந்தாள். இன்பத்தின் உச்சிக் கணங்களில் அவன் கண்களை மூடிக் கொண்டான். அவன் காதருகே 'உன் மனைவியைத்தானே என்னில் கற்பனை செய்கிறாய்? எனக்குத் தெரியும்' என்றாள். அவளோடு புணரும் ஒவ்வொருவரும் புணர வேண்டும் என்று ஆசைப்படுபவர்களை கற்பனையில் உருவாக்குவார்கள். அதில் கிடைக்கும் தேக சுகம் நிஜத்தைவிட இன்பமானது. தன் தேகத்தை விரும்பி, தன்னை நினைத்தவாறு யாரும் வேறு பெண்ணோடு கலவியில் ஈடுபடுவார்களா? அவள் முயக்கத்தில் கிறங்கி லயித்துக் கரைந்து போனாள்.

இருவரும் இயங்கி ஓய்ந்தபோது களைப்பும் வலியுமே எஞ்சியிருந்தன. இரவு உணவு இன்னும் அருந்தவில்லை என்பதை நினைக்க, பசித்தது. அவன் எழுந்து ஆடையணித்து கடைக்குச் சென்று இரண்டு பரோட்டா பார்சல் வேண்டிக்கொண்டு வந்தான். யன்னல்கள் எல்லாம் சாத்தப்பட்டிருந்தன. சுவாசிக்கக் கஷ்டமாக இருந்தது. முன் ஹோலுக்கு வந்து அமர்ந்தாள்.

அதிகாலை வரை அவளை நித்திரைகொள்ளவேவிட வில்லை. அவள் தேகம் களைத்து, நித்திரை கொள்ளச் சென்றபோது அவன் எழுப்பி வழியனுப்பினான்.

கோல்பேஸ் கடற்கரையின் அலைகளின் நுரைச்சத்தத்தை விட சனக் கூட்டத்தின் சத்தம் அதிகமாகவிருந்தது.

அன்னாசிக் கீலங்களை உப்புத் தூளிட்டு விற்றுக்கொண்டிருந்தார்கள். ஐம்பது ரூபாய் கொடுத்து அதனை வாங்கிக்கொண்டு கட்டில் அமர்ந்தாள். சிறுவர்கள் பட்டம் விட்டவாறிருந்தார்கள். அவர்களின் குதூகலங்களைப் பார்க்க சந்தோசம் நுரைத்துக்கொண்டு பொங்கியது. பட்டத்தை, தந்தையொருவர் பிடிக்க, ஏழு வயது நிரம்பிய அவரது மகன் அதன் நூல் முனையைப் பிடித்து இழுத்துக்கொண்டு ஓட, பட்டம் அசைந்து அசைந்து மேல் எழுந்து சென்றது. பட்டத்தை திரும்பித் திரும்பி பார்த்துக்கொண்டு மணலில் இரு கால் புரவியாக அவன் விரைய, இவளுக்கு பதற்றம் தொற்றிக்கொண்டது. அவன் கால் தடுமாறி விழுந்தான். ஓடிப்போய் தூக்குவோமோ என்று நினைக்க, அவன் தந்தை ஓடிச் சென்று தூக்கினார். பட்டம் நிலத்தில் குத்தி வீழ்ந்தது.

விசிலடித்துக் கேட்டது. மூன்று இளைஞர்கள் நின்றார்கள். என்னவென்று புருவத்தை உயர்த்திக் கேட்டாள்.

‘எவ்வளவு றேற்று?’ என்றான் தலையில் செம்பட்டை அடித்து, காதில் தோடு போட்டிருந்தவன்.

‘எங்கே?’

‘லொஜ்ஜில ரூம் போடலாம். நாங்க மூன்று பேர்தான்.’

‘மூன்று பேருமா? அப்ப ஏலா...’

‘ஏன் ஏலா?’

‘சமாளிக்கிறது கஷ்டம்.’

‘ஏய் என்ன? சல்லிவேணும் என்றால் கூடப்போட்டுத் தரலாம், வா.’ கட்டம் போட்ட சட்டை அணிந்தவன் வாயைக் கோணலாக வைத்துக்கொண்டு அலட்சியமாகச் சொன்னான். அவன் அலட்சியம் எரிச்சலைக் கிளப்பியது. கோணலான வாயின் மீது ஓங்கிக் குத்த வேண்டும்போல் தோன்றியது.

அவள் அலட்டிக்கொள்ளவில்லை ‘இல்லை. இஷ்டம் இல்லை. வரலை’ என்றாள்.

வந்தவர்களுக்குச் சீற்றம் அதிகமானது. ‘என்ன கேல்லோ-சீனைப் போடுற... கூப்பிட்டா வர மாட்டியா?’

அவளுக்கும் கோபம் வீறிட்டது. ‘இப்ப என்னை வரயேலா என்று சொன்னா புரியாதா? வேற யாரையும் பார்.’ அவளின் குரல் காற்றின் அலைவுகளை கிழித்துக் கொண்டு கக்கியது. சிலர் அவர்களைத் திரும்பிப் பார்த்தனர்.

‘இது ஏதோ நோய் வந்த கேஸாடா...’ அவன் நக்கல் இழையோட, கண்களில் அசிங்கம் சொட்டச் சொன்னான்.

‘ஏய்... என்னடா சொன்னாய்? நாயே.,.’ அவள் அவனின் மேல் சீற்றம் கொண்டு பாய்ந்தாள். அவர்கள், அவளின் கையைப் பிடித்துத் தள்ளிவிட்டார்கள். அவர்களின் கையில் யாரோ ஒருவனின் கை அவளின் மார்பை தீண்டிவிட்டுச் சென்றது. அவளையும் மீறிச் சட்டென்று அழுகை வந்தது. அவர்கள் கூட்டத்தையும் பொருட் படுத்தாமல் வசைச் சொற்களைச் சொல்லிக்கொண்டு சென்றார்கள். பலர் அவளையே திரும்பி அரியண்ட முகத்துடன் பார்த்தார்கள். கண் மை கரைத்துக்கொண்டு கருமையாக கன்னம் வழியாக வழிந்தது.

அன்று இரவு,பேருந்து நிறுத்தத்தில் நின்று யாராவது தட்டுப்படுகிறார்களா என்று நோக்கினாள். அவளையே உற்றுப் பார்க்கும் ஆண்களை அவளும் உற்றுப் பார்த்து கண்களால் சைகையிட்டாள். சிலர் தடுமாறி கண்களின் திசையை மாற்றிக்கொண்டு நகர்ந்தார்கள்.அவர்களைப் பார்க்கச் சிரிப்பும் வந்தது.

வர்ணம் அடிக்கப்பட்ட கூந்தலும், மூக்கில் குத்தப்பட்ட வளையமும் அவளை யாரென்று சிக்கல் இல்லாமல் ஊகிக்கவைக்கும். நீண்ட நேரம் காத்திருந்தாள். யாரும் அகப்படுவதுபோல் தோன்றவில்லை. இடத்தை மாத்தலாமோ... இங்கே போட்டி அதிகம். எக்கச்சக்க மான போட்டியாளர்கள். பொலிஸ் தொல்லை வேறு. அவர்களுக்கு கொடுக்கவேண்டியதைக் கொடுத்தாலும், எந்தப் பக்கம் சிக்கல் வரும் என்று தெரியாது.

அதிகாலையில் புகையிரத நிலையப் பக்கம் சென்றால், நிறைய வாடிக்கையாளர்கள் கிடைப்பார்கள். வடக்குப் பகுதியில் கடமையாற்றிவிட்டு, விடுமுறையில் வரும் ராணுவ வீரர்கள் அதிகாலையில் ‘நைட் மெயிலில்’ கொழும்புக்கு வந்துவிடுவார்கள். லொட்ஜில் தங்கி இளைப்பாறிவிட்டு, பேருந்து நிலையத்துக்குச் சென்று

தங்களது ஊருக்குச் செல்வார்கள். அப்படி லொட்ஜில் தங்கும்போது பலர் இவர்களை நாடுவார்கள். அதிக நேரம் தேவைப்படாது. மூன்று மணித் தியாலம் ஒத்துழைத்தால் போதும், கையில் நல்ல பணம் கிடைக்கும்.

இன்று யாரும் கிடைக்காவிட்டால், நாளை அதிகாலை முயன்று பார்ப்போமோ என்று யோசித்தாள். மேக்கப் பொருள்கள் வாங்க வேண்டும். சாதுவாக தனக்கு தொப்பை வருகிறதோ என்று கவலை. வயிற்றைத் தடவிப் பார்த்தாள். முப்பத்தி நான்கு வயது. இன்னும் ஒரு நான்கு வருடம் பிழைப்பை ஓட்டலாம். அதற்குப் பிறகு கடினம்தான். யோசனையில் ஆழ்ந்தாள்.

வீடு வரும்போது சீழ்க்கையடித்து, யாரோ கூப்பிட்ட வாறிருந்தார்கள். அவள் ஏதோ யோசனையில் தளர்வாக வீதியில் நடந்து சென்றுகொண்டிருந்தாள்.

'என்ன... ஒரே யோசனையில் போயிட்டு இருக்கீங்க?' குரல் கேட்டுத் திரும்பிப் பார்த்தாள். அது ரத்னபாலா. அவள் முகத்தில் புன்னகை வேகமாக முழுச் சூரியன் போல் எழுந்தது. ரத்னபாலா அம்பாந்தோட்டைப் பக்கம் இருந்து கொழும்பு பட்டணத்துக்கு பிழைக்க வந்திருந்தான். மணிக்கூடு, பூட்டுத் திருத்தும் கடை சொந்தமாக வைத்திருக்கிறான். தகரங்களால் வெல்டிங் செய்யப்பட்ட நாலடிக்கும் குறைவான அகலத்திலான கடையின் உள்ளே அடைபட்டுக்கொண்டு அவன் வேலை பார்ப்பதைப் பார்க்க, அவளுக்கு வேடிக்கையாக இருக்கும்.

'ஓ... ரத்னபாலாவா இது. கொஞ்ச நாளா ஆளையே காணோமே...'

'ஊருக்குப் போயி ருந்தேன்... காலையில்தான் வந்தேன்.' அவன் ஊர்ப் புதினங்களைப் பற்றிக் கதைக்கத் தொடங்கினான். இருளின் தனிமையைக் கிழிக்கும் அவனின் அருகாமையை விரும்பிக்கொண்டு அவனின் பேச்சை ஆறுதலாகக் கேட்கத் தொடங்கினாள்.

'ஏன் உன் முகத்தில் ஒரே சோகம்?'

'எனக்கு வயசானமாதிரி தோணுதா?' அவனைப் பார்த்துக் கவலையுடன் கேட்டாள்.

அவன் சிரித்துக்கொண்டு 'அதுதான் சோகமா? வயசு எல்லாருக்கும் கூடும்தானே...' என்றான்.

'இப்ப எல்லாம் எனக்கு அதிகமாக வாடிக்கையாளர்கள் கிடைக்கிறார்கள் இல்லை... ஹ்ம்ம்.' அவளிடம் இருந்து ஆழ்ந்த பெருமூச்சு ஒன்று வெளிப்பட்டது.

'இண்டைக்கு உன் இடத்துக்கு வரட்டா?' என்றாள்.

ரத்னாபாலாவுக்கு ஆச்சர்யமாக இருந்தது. அது கட்டி முடிக்கப்படாத அடுக்குக் குடியிருப்பின் அடியிலிருக்கும் அறை. மேசன்மார்கள் அவனுக்குத் தெரிந்தவர்களாக இருப்பதினால் தங்கவிட்டிருந்தார்கள். அங்கு இருவரும் சென்று சேர்ந்தபோது நடுச்சாமாகியிருந்தது.

இருவரும் சீமெந்து தரையில் கிடத்தப்பட்டிருந்த மெத்தையில் இறுகத் தழுவி பிணைந்திருக்கும்போது அவன் சொன்னான்.

'நீ உண்மையில் ஒரு புனித தேவதை.'

'அப்படி என்றால்?'

'நீ அழுக்குகளைக் கழுவிவிடுகிறாய்...'

'அழுக்கா? விளங்கவில்லை...'

அவன், அவளை அணைத்துகொண்டு சொன்னான்... 'எல்லோருக்கும் நீ ஒரு மீட்பு ஊடகம். அவர்கள் சதையில் முளைக்கும் தீமையை நீ களைந்துவிடுகிறாய்.'

அவளுக்கு எதுவுமே விளங்கவில்லை. அது என்ன தீமை? உண்மையில் அது தீமையா? ரத்தினபாலாவுடன் கதைக்கும் போது அவளுக்கு விளங்காத வார்த்தைகள் எப்போதும் சுவாரசியமானவை. அவளில் அவன் கரைய எத்தனிக்க முதல், அவனில் அவள் கரைய ஆரம்பித்தாள். நாளைக்கு வாடிக்கையாளர் ஒருவராவது கிடைக்க வேண்டும். கலவியின் உச்சத்திலும் அவளுக்கு அந்தக் கவலை தொற்றிக்கொண்டது.

மனநிழல்

எனக்கு வியர்த்தது. அச்செய்தி சட்டென்று சர்வ புலன்களையும் உசுப்பித் திகைக்கவைத்தது. வதனன்தான் அந்தச் செய்தியைப் பதற்றத்துடன் சொன்னான்.

‘வேந்தனை சுட்டுட்டாங்கடா...’

சனிக்கிழமை விடுமுறைதானே என்று நித்திரை நிரம்பிவழிய ஒன்பது மணி வரை படுகையிலிருந்தேன். அம்மா முற்றத்தில் மாவிலைச் சருகுகளைக் கூட்டி அள்ளிக்கொண்டிருந்த சத்தம் சன்னலுக்கால் நுழைந்து அரைகுறை நித்திரையைக் குழப்பிக்கொண்டிருந்தது. அப்போதுதான் படுக்கையிலிருந்த கைத்தொலைபேசி அலறியது. போர்வைக்குள் தேடியெடுத்து காதில்வைக்க வதனன் அலறினான். ஒரு நொடியிலேயே நித்திரை முற்றாகக் கலைந்தது.

முகத்தைக் கழுவிவிட்டு, சாரத்திலிருந்து ஜீன்ஸுக்கு மாறி, ‘பைக்’கை எட்டி உதைத்தேன். உறுமிக்கொண்டு வெளியே செலுத்த, அம்மா ‘டேய்... எங்கடா போற?’ என்று குரல் கொடுத்துக்கொண்டிருந்தார். காதில் வாங்காமல், ஆக்சிலேட்டரை முறுக்கினேன்.

சிறு வயதிலிருந்து என்னுடன் படித்தவன் வதனன். அவன் மூலம் அறிமுகமானவன்தான் எழில்வேந்தன். அவனை ‘வேந்தன்’ என்று கூப்பிடுவோம். சிவலைப் பொடியன். சுருள்சுருளான முடி. அளவாக வெட்டி கேசத்தைச் சீராக

வைத்திருப்பான். இரண்டு அக்காமாருக்குக் கடைசித் தம்பியவன். தூரத்தில் கூட்டம் தென்பட்டது. ஓரமாக பைக்கை நிறுத்திவிட்டுச் சென்றேன். அருகே செல்லச் செல்லத் தயக்கம்கூடியது. வேறு நண்பர்கள் நின்று கொண்டிருந்ததைப் பார்க்க ஓரளவுக்குத் தைரியம் வந்தது. சனத்தை விலத்திக்கொண்டு சென்றேன்.

சைக்கிளில் மல்லாக்காய் வீழ்ந்திருந்தான். தலைப்பகுதியிலிருந்து ரத்தம் கசிந்திருந்தது. கண்கள் குத்திட்டு நின்றன. வதனன் குலுங்கிக் குலுங்கி அழுதவாறு நின்றான். தலை கிறுகிறுத்து நிற்க முடியாமல் செய்தது. வதனன் என் தோளைத் தொட்டான். என்னால் அழாமல் இருக்க முடியவில்லை. கூட்டத்தைப் பார்க்கக் கூச்சமாக இருந்தது. இருந்தும் கட்டுப்படுத்த முடியாமல் வெடித்து அழத் தொடங்கினேன். இரு நண்பர்கள் தோள் மூட்டுக்கால் கையைக் கொழுவி என்னை ஆதரவாகப் பிடித்தார்கள்.

மற்றைய நண்பர்கள் கொஞ்சம் கொஞ்சமாக வந்து சேர்ந்தார்கள். பொலிஸ் கொஞ்ச நேரத்தில் வரும் என்றார்கள். வரும் வரை உடலை மூடத் துணியேதும் இருக்கின்றதா என்று பார்த்தேன். டிலக்சன் எடுத்துவருவதாகச் சொல்லிக் கிளம்பினான்.

பொலிஸ் நிதானமாக வந்தது. அவர்களின் விசாரணை வழமைபோல்தொடங்கியது. நான் ஆர்வம் இன்றி மூலையில் நின்றேன். ராணுவமும் வந்தது. பச்சைச் சீருடைகளின் நெருக்கத்தில் என்னில் பதற்றம் தொற்றியது. இரண்டு மணித் தியாலத்தில் வாகனத்தில் அவனது உடலை எடுத்துச் சென்றார்கள்.

மதியம் ஆஸ்பத்திரியில் நின்றோம். ஓரளவுக்கு நான் தெளிவாகியிருந்தேன். மருந்து மணமும் அந்தச் சூழலும் ஒவ்வாமைப்படுத்தின. வயிற்றைப் பிசைந்தது. அங்கிருந்து வெளியேற உள்ளூர விரும்பினேன். ஆனால், இந்த நேரத்தில் வெளியேறுவது சரியல்ல. மூத்த தமக்கை அழுது வடிந்த முகத்துடன் வந்திருந்தார். அவருடன் என்ன கதைப்பதென்று எனக்குத் தெரியவேயில்லை. எப்போது வேந்தனின் வீடு சென்றாலும், முகம் மலர்ந்து வரவேற்பார். நான் அவரோடு பல தடவை கதைத்திருக்கிறேன்; பிறந்தநாளைச் சேர்ந்து கொண்டாடி

யிருக்கிறோம். அவர் கரைத்துத் தரும் தேநீரைப் பல தடவை மாமரத்துக்குக் கீழ் பிளாஸ்டிக் நாற்காலியில் அமர்ந்து அருந்தியதுண்டு. இப்போது அவர்களின் வீடு ஒரே கலவரமாக இருக்கும். எந்த முகத்துடன் அங்குச் செல்வதென்று கடுமையான தயக்கமாக இருந்தது. பாடசாலை நண்பர்களில் சிலர் கேள்விப்பட்டு வந்திருந்தனர். ஆஸ்பத்திரி வராண்டாவில் நானும் நண்பர்களும் நின்றிருந் தோம். உறவினர்கள் அதிகம் வரத் தொடங்கியிருந்தனர். ஒருவகையில் அது எனக்கு ஆறுதலாக இருந்தது.

சில நண்பர்கள் முகத்தில் கவலையும் பதற்றமும் விம்மிப் புடைத்துத் தாடைச் சவ்வுகளின் இடையே அசைந்து கொண்டிருந்தன. இனி என்ன செய்யலாம்? வதனன் களைத்துப் போயிருந்தான். அவனைக் கூப்பிட்டுக் கொண்டு வலுக்கட்டாயமாகத் தேநீர்ச்சாலைக்குச் சென்றேன். கூட்டம் கொஞ்சம் குறைவாக இருந்தது. தகர நாற்காலியை இழுத்துப்போட்டுவிட்டு அமர்ந்தோம். பிளேன்ரீ இதமாக இருந்தது. சுற்றிப் பறக்கும் இலையான்களை விரட்டிக் கொண்டு பேச ஆரம்பித்தோம்.

‘இவனுக்கு இது தேவையில்லாத வேலை. திரும்பத் திரும்பச் சொன்னோம். அநியாயமாகப் போய்விட்டான்’ நான் பேச்சை ஆரம்பித்தேன்.

வதனனின் குரலில் இருந்து ‘ஹ்ம்ம்…’ என்ற சத்தம் மட்டும் பலகீனமாக ஒலித்தது. வேந்தன் வீட்டில் இருக்கும் மீன்தொட்டியின் நினைவு திடீரென்று நினைவுக்கு வந்தது. பாசி படிந்த கரைகள், பிசுபிசுப்பான நீர்த்துளிகள். கால்வைக்கப் பாசியோடு வழுக்கும் கிணற்றுக்கட்டு. மேற்கூரையைப் பெருமூச்சுடன் நிமிர்ந்து பார்த்துவிட்டு, தலையைச் சாய்த்து அவனைப் பார்த்தேன்.

எங்களைச் சுற்றி கொஞ்சம் தள்ளி இரு நடுத்தர வயது நபர்கள் வந்து அமர்ந்தார்கள். ஒருவர் முழங்கைவரை நீளும் வெண்நீல முழுநீளச் சட்டையும் மற்றவர் இறுக்கமான கறுப்பு டீஷேர்ட்டும் அணிந்திருந்தார்கள். எங்களையே அடிக்கடி பார்ப்பதுபோல் எனக்கு உள்ளூரத் தோன்றியது. கண் அசைவுகளை அடிக்கடி கவனித்தேன். அவர்களின் முகவெட்டுத் தமிழ் முகம்போல் தோன்ற வில்லை. அவர்களாக இருக்குமோ! மிரட்சியும்

பதற்றமும் ஒருசேரக் கிளர்ந்தது. வதனனை அழைத்துக் கொண்டு அங்கிருந்து வெளியேறினேன். எனக்குள் சந்தேகம் வலுத்தது.

மாலை நான் வீட்டுக்குப் புறப்பட்டு வந்துவிட்டேன். உடம்பு முழுவதும் களைப்பு; விரல்களின் நுனியில் பதற்றம் மெலிதாக அதிர்ந்தவாறிருந்தது. ஊர் முழுவதும் கதை உடனடியாகப் பரவியிருந்தது. தினமும் குறைந்தது மூன்று பேராவது சுடப்பட்டுக் கொண்டிருந்தார்கள். அவர்கள் ஏதோவொரு வகையில் சமாதான காலத்தில் மண்மீட்புப் போராட்டத்துக்குப் பங்களித்தவர்கள். போர் சட்டென்று அமைதியைக் கிழித்துக்கொண்டு ஆரம்பமாக, யாழ்ப்பாணம் அட்டையைப் போலச் சுருண்டது. அச்சம் படிந்த சாத்தானின் கண்கள் தினமும் கொன்றன. வீதிகளிலும் சந்திகளிலும் பின்வளமாகவும் முன்வளமகவும் சிலர் சாய்ந்து வீழ்ந்திருப்பார்கள். ரத்தக் கறை வீதிகளைத் தடிப்பாக்கியது. சடலங்களைக் கடப்பது தினமும் பழகிய செயலொன்றாக ஆகியாவறிருந்தது. ஆங்காங்கே பலர் காணாமல் ஆக்கப்பட்டுக்கொண்டிருந்தார்கள்.

நாங்கள் ஐந்து நண்பர்கள் எப்போதும் நெருக்கமான நட்பு வட்டத்தில் இருந்தோம். ஆரம்பப் பாடசாலை காலத்திலிருந்து நண்பர்கள். தரம் மூன்று படிக்கும்போது வேந்தன் எனக்கு அறிமுகம் ஆனான். அவன் வீட்டுக்குப் பின்னேரங்களில் விளையாடச் செல்வோம். மிகப்பெரிய வக்குத்தொட்டி கிணற்றடியில் இருந்தது. துலாக் கயிற்றினால் அகண்ட பித்தளை வாளியால் தண்ணீரை அள்ளி வக்குத்தொட்டியை நிரப்பி வேந்தனும் வதனனுமாக மீன்கள் வளர்த்தார்கள். ஒவ்வொரு மீனும் அகண்ட பலாச் சுளைகள்போல் பெரியது. சீமெந்தால் கட்டப்பட்ட தொட்டி என்பதால், மேலேயிருந்தே மீன்களைப் பார்ப்போம். உணவாகச் சோற்றுப் பருக்கை களைப் போட மீன்கள் போட்டி போட்டுக்கொண்டு நீரின் மேல் மட்டத்துக்கு எழுந்து வரும். மீன்களின் கண்களை உற்றுப் பார்ப்பேன். உருண்டு திரண்டு வளைந்து மினுங்கும் கற்கள்போல் அவைமிளிரும். அடிக்கடி மீன்களைப் பார்க்கச் சென்றே நான் அவர்களுடன் நெருக்கமான நண்பனானேன்.

மூவருமாக ஒரே பாடசாலையில் படித்தாலும், வகுப்புப் பிரிவுகள் மாறிக்கொண்டே இருக்கும். ஆனால், பின்னேரங்களில் நாம் செல்லும் தனியார் ட்யூஷன் சென்ரர்களில் எல்லோரும் ஒன்றாகவே படித்தோம்.

வேந்தனின் அப்பா சொந்தமாக லொறி ஒன்று வைத்திருந்தார். அவரே ஓட்டுநர். அத்தோடு நீர் இறைக்கும் எந்திரம் ஒன்றையும் சொந்தமாகவைத்து தேவையானவர்களுக்கு வாடகைக்கு விட்டுக்கொண்டிருந்தார். அவர்களின் தமக்கைமார் இருவரும் அப்போது பள்ளி சென்று கொண்டிருந்தார்கள். நாங்கள் மெல்ல மெல்லமாக வளர அவர்களும் வளர்ந்தவாறிருந்தார்கள்.

சாய்வு நாற்காலியில் அமர்ந்திருந்தேன். இருள் கவியத் தொடங்கியிருந்தது. நுளம்பு திறந்திருந்த சன்னலுக்கால் உள்நுழைந்தவாறிருந்தது. அதன் ரீங்காரங்கள் சினமூட்டின. அம்மா படியேறி உள்ளே வந்தார். உறைந்திருந்த என் வழுவழுப்பான கண்களைப் பார்த்தார். என் இமைகளை இமைத்து அவரின் ஊடுருவலைத் தடுத்தேன். என் பலவீனங்களை உடனே மறைக்கக் கவசங்கள் தேடினேன்.

'எப்ப எடுக்கிறாங்களாம்?' அம்மாவின் குரல் பிசிறில்லாமல் என்னைத் தள்ளியது. இமைகளை அசைத்து அம்மாவைப் பார்த்தேன். ஆஸ்பத்திரி மணம் என்னைவிட்டு அகலாமல் இருந்தது. கண்கள் சொருகிக்கொண்டு வந்தன. என்ன இது? கதிரையைவிட்டு எழும்பப் பின் பிடரியில் கனமேறியதுபோல, கால்தடுமாறச் சாய்ந்து விழப்போனேன். அம்மா என்னை நோக்கி ஓடிவர கண்களில் இருளாடியது.

முகத்தில் ஈரம் பிசுபிசுத்தது. படுகையில் இருந்தேன். மேசை மின்விசிறியின் காற்று என் மீது கவிந்து தடவியது. அருகில் அம்மா நின்றிருந்தார். அம்மாவின் முகத்தில் மெலிதான புன்னகை இருந்ததுபோல் தோன்றியது. எழும்ப முற்பட்டேன். அம்மா என் தோள்களைப் பற்றிப் படுக்கச் சொன்னார். கொஞ்சம் முதல் வைத்தியர் ஒருவர் வந்துவிட்டுச் சென்றதாகவும், சாதாரண மயக்கம் என்றும் கொஞ்ச நேரம் இளைப்பாறினால் சரியாகிவிடும் என்றும் சொன்னதாகச் சொன்னார். நான் மௌனமாகத் துயிலத் தொடங்கினேன்.

வேந்தனோடு நானும் வதனனும் குளத்தில் நீராடச் சென்றோம். தாமரைகள் குளத்தில் நிறையப் பூத்திருந்தன. குளக்கட்டில் கால்வைக்கச் சாதுவாக வழுக்கியது. நானும் வதனனும் வெகுவேகமாகக் குளத்தில் இறங்கி நடந்தோம். மீன்கள் கால்களைத் தீண்டிக்கொண்டு ஓட, கால்கள் புல்லரித்துச் சிலிர்த்தன.

வேந்தன் கரையில் நின்று எட்டிக் குரல் கொடுத்தான். 'டேய்… தண்ணி ஒரு மாதிரியிருக்கு; சேறாக இருக்கு… புதையும்போல…'

'அது அப்படித்தான்… நீ இறங்கி வா' நான் திரும்பிப் பார்க்காமல் உரக்கக் கத்திச் சொன்னேன். வெற்று முதுகில் குளிர்காற்றுப்பட, தேகம் குளிர்ந்தது. கொஞ்ச நேரத்தில் அவனும் குளத்தில் இறங்கி நீரில் நடந்துவரும் சத்தம் 'சதக் சதக்' என்று கேட்டது. நாம் ஓரளவு நடுவுக்கு வந்து விட்டோம். வேந்தன் மட்டும் ஓரளவு கரையில் நின்று இரு கைகளையும் நீருக்குள் அலைந்து நீரை உடம்பின் மேல் அள்ளித் தெளித்து நீராடினான். அவனை நடுவுக்கு வரச்சொல்லி குரல் கொடுத்துக்கொண்டிருந்தோம். ஒரு கட்டத்தில் அவனே சலிப்புற்று எங்களை நேக்கி வேகவேகமாக வந்தான்.

அப்போதுதான் அந்த விபரீதம் நிகழ்ந்தது. அவனின் காலுக்குள் வேரோ என்னவோ செருகுப்பட, காலை இழுத்த வேகத்தில் தடுமாறி நீருக்குள் விழுந்தான். பதற்றப்பட்டு இரு கைகளால் நீரை அடித்துச் சமாளிக்க முடியாமல் துவண்டான். அவனைச் சுற்றி நீரலைகள் நுரைத்தவண்ணம் எழுந்தன. ஒரு நொடியில் எனக்கு விபரீதம் உறைத்தது. விரைந்து நீந்திச் சென்று அவனை நான் தூக்க, நீருக்குள் துவண்டு துவண்டு அவன் வீழ்ந்தான். அவன் எடை அதிகரித்ததுபோல் எனக்குத் தோன்றியது. சமாளிக்க முடியாமல் தடுமாற, வதனனும் நிலைமையைப் புரிந்து உதவிக்கு வந்தான். இருவருமாகக் கடினப்பட்டு வேந்தனை கரைக்கு இழுத்துச் சென்றோம்.

நிறைய நீரை விழுங்கியிருந்தான். கண்கள் வெளிறி அரை மயக்கத்தில் இருந்தான். அக்கம்பக்கத்தில் உள்ளவர்களிடம் அலறி விஷயத்தைச் சொல்லி, முச்சக்கர வண்டியில் அவனை ஏற்றி ஆஸ்பத்திரிக்கு கொண்டு

சென்றோம். மதியமே கண்விழித்தான். ஆனால், இரண்டு நாள் கடும் காய்ச்சலில் இருந்தான். அடிக்கடி சாப்பிட்டதை யெல்லாம் சத்தியெடுத்தான். நிறையவே பயந்து போயிருந்தது அவனின் கண்களில் தெரிந்தது. அவனது சகோதரிகள் இருவரும் அவனுக்கு அருகிலேயே இருந்து கவனித்தார்கள். அவர்கள் இல்லாதபோது என் கையைப் பிடித்து 'மச்சான்... நான் மட்டும் செத்திருந்தா இதுகளுண்ட நிலைமை என்ன?' அவன் அதைச் செல்லும் போது நிஜமாகவே அவன் கைகள் நடுங்கின.

'சாவுப் பயத்தை ஒருகணம் பார்த்தன்டா...'அவன் கண்கள் நிலைக்குத்தி இருந்தன. கண்ணீர் பனித்து வழிந்தது. ஒருமுறை உடம்பு புல்லரித்தது. காலில் மீன்கள் உரசிச் செல்வதுபோல் இருந்தது.

நினைவுச் சுழிகளை வெட்டினேன். அதிலிருந்து வெளிவர என் அம்மாவைப் பற்றி நினைக்க ஆரம்பித்தேன். அம்மா கம்பீரமானவர். என் சிறுவயதிலே அப்பா இறந்து விட்டார். என்னை வளர்த்தது எல்லாமே அம்மாதான். அதிமாக என்னோடு அலட்டியதோ செல்லம் கொஞ்சியதோ கிடையாது. அவரின் சொற்கள் ஒவ்வொன்றும் கூர்மை யானவை. அஞ்சல் அலுவகத்தில் கிளார்க்காக இப்போதும் பணிபுரிகிறார். அம்மாவைப் பற்றி விதம்விதமாக நினைத்தேன். என் தலையணையில் இருந்து அவரின் வாசம் வீசுகின்றது. சிறு வயதில் அவரின் மடியில் துயிலும் அதே நினைவுகள் கிளர்ந்து ஒரு கொடியாக என்னைச் சுற்றி வாஞ்சையுடன் அழுத்திப் படிந்தது. உள்ளூர எழும் வேந்தனின் முகம் என்னைத் திடுக்கிட வைத்தது. வேந்தன் பல தடவை எங்கள் வீட்டுக்கு வந்திருக்கின்றான். ஒழுங்கைக்குள் கிரிக்கெட் விளையாடி இருக்கிறோம். பதினான்காவது பிறந்தநாளின்போது எனக்கொரு 'கிரிக்கட் பட்' பரிசளித்திருந்தான். இப்போது அது எங்கு இருக்கின்றது என்று தெரியாது. அதனைத் தேடி எடுக்க வேண்டும். நினைவுச்சுழிகள் என்னைச் சுழி சுழியாக இழுத்தன. அழும் அக்காவின் முகம்... இப்போது அவன் வீட்டில் எல்லோரும் கதறி அழுதவாறிருப்பார்கள்.

தன்னைச் சுடுவார்கள் என்று வேந்தனுக்குத் தெரிந்திருந்ததோ என்னவோ, அடிக்கடி அவன் சமீபகாலமாக அச்சப்பட்டுக் கொண்டிருந்தான். அவன் அச்சம் உருகிவழிந்த

ஈயம்போல் எங்கள் மீதும் படிந்தது. உள்ளூர அவனைச் சுடுவார்கள் என்று நான்கூட எதிர்பார்த்ததுபோல் தோன்றியது. நண்பர்கள் சந்திப்பு எல்லாம் மிகவும் குறைந்திருந்தது. விட்டுவிட்டு எங்கையாவது காணும் போது சிரித்துக்கொள்வோம். கடைசியாக அவனைப் பரமேஸ்வராச் சந்தியில் பார்த்திருந்தேன். தலைமயிரைச் சரியாகச் சீவாமல், மேல்சட்டை பொத்தான்கள் அலங் கோலமாக ஆங்காங்கே பூட்டப்படாமல் இருந்தன. பெரிதாக நாங்கள் பேசிக்கொள்ளவில்லை. ஆனால், சிரித்துத் தலையாட்டினோம். அதுதான் கடைசித் தலையசைப்பு.

அடுத்தநாள் எழும்பி சாய்வு நாற்காலியில் அமர்ந்து பலாமரத்தில் தவ்வியோடும் அணிலை பார்த்த வாறிருந்தேன். அம்மா அருகில் வந்து என் தோளைத் தொட்டார். தோள் குளிர்ந்தது. அவரைத் திரும்பிப் பார்த்தேன். ‘சுதன், நீ அங்க போகாத...’ என்றார். ஒருகணம் புரியாமல் நெற்றியைச் சுருக்கி யோசித்துவிட்டு, என்ன என்பதுபோல் பார்த்தேன்.

‘யார் யார் ஃபிரெண்ட்ஸ் என்று நோட் பண்ணுவாங்கள். புலனாய்வுத்துறையாட்கள் நிறைய நிக்கிறார்களாம்... உன்னைக் கவனிச்சுட்டாங்க எண்டால் அலுப்புதான்.’

ஒளிந்திருந்த அந்த அச்சத்தைத் தூண்டில் போட்டுக் குத்தி வெளியே எடுத்துவிட்டார். விறைத்துப் போய் அப்படியே அமர்ந்திருந்தேன். ஏகப்பட்ட யோசனைகள் என்னை அலைக்கழித்தன. போகாமல் இருப்பது ஒருவகையில் ஆறுதலான விஷயம்தான். அவர்கள் குடும்பத்தை என்னால் நேருக்கு நேராகச் சந்திக்க இயலாது. தப்பித்து விடலாம். அதை நினைக்க இன்பமாகவும் இருந்தது. இருந்தும் எனக்குள் எழுந்த குற்றவுணர்ச்சி என் சமநிலையைக் குழப்பியது. அங்கு செல்ல வேண்டும் என்ற உணர்வு எழுந்து அலையாக என்னை அமிழ்த்தியது. அதைவிட அச்சம் என்னைப் பந்தாடிச் சுவைத்தது.

நண்பர்களின் அழைப்பு மாறி மாறி வந்துகொண்டிருந்தது. எல்லோரின் குரலிலும் அச்சம் ஒளிந்திருப்பதைக் கண்டேன். அல்லது நான்தான் அப்படி நினைக்கிறேனோ என்னவோ. எனக்குள் கரைந்தேன். அவனது பிரேதத்தை மறுநாள் அனைத்துப் பரிசோதனைகளையும் முடித்துவிட்டு

ஒப்படைத்தார்கள். இனம்தெரியாத நபர்களால் சுட்டுக் கொல்லப்பட்டதாகப் பொலிஸார் எழுதிக்கொண்டார்கள். எல்லோருக்கும் எல்லாம் தெரிந்திருந்த சூழலில் தன்னைத்தானே அவை நிரப்பிக்கொண்டன. எல்லாம் சொல்லி வைத்தாற்போல் ஆனது. செவி வழியாக அனைத்தையும் அறிந்துகொண்டேன்.

வதனன் மூன்று தடவைக்கு மேல் அழைத்திருந்தான். நான் தவிர்ப்பதை அறிந்து நேராகவே வீட்டுக்கு வந்தான். அவனின் வருகையை அறிந்து உள்ளூரத் தடுமாறினேன். அதனை வெளிக்காட்டாமல் சுகயீனம் அடைந்தவன் போலும், அதிகம் வருத்தத்தால் வதைபடுபவன்போலும் நடிக்கத் தொடங்கினேன். என்னை அறிய எனக்குத் திடுக்கிடலாக இருந்தது. மரணச் சடங்கை தவிர்க்கத் தொடக்கிவிட்டேன் என்பது புலப்பட்டது.

வதனனின் கண்கள் தடித்து வீங்கி இருந்தன. நித்திரையற்று அலைந்த முகம். பொலிவிழந்து வாடிய அவரைக்காய் போல் சுருங்கிப்போய்த் தென்பட்டான். உள்ளூர அது என்னைத் தடுமாற வைத்தது. அவனைவிட நான் கவலையடைந்ததாக நடிக்கத் தொடங்கினேன்.

'நாளை இரண்டு மணிக்கு எடுக்கிறார்கள்; நீ காலையிலே வா, வேலையிருக்கு' என்றான்.

'சரி' நான் தலையாட்டினேன். அவன் தலையைத் தொங்கப் போட்டவாறு மௌனமாக இருந்தான். 'அக்காமார்கள் மயங்கி மயங்கி விழுகிறார்கள். நீ வந்து சமாதானப்படுத்த வேண்டும்' என்று சொல்லும்போது நான் உறைந்துபோய் கற்சிலையாக அமர்ந்திருந்தேன். தொடர்ந்து, 'நிறைய சி.ஐ.டிக்காரார் வந்து செல்கிறார்கள். அவர்கள் முகத்தைப் பார்த்தாலே தெரிகிறது...' என்றான்.

என் கால்தொடைகள் குளிர்ந்து பிடரிவரை அது வளர்ந்தது. ஏன் நான் இப்படிப் பயப்படுகிறேன்... என்னை ஏன் பிடிப்பார்கள்? எனக்கும் அவனுக்கும் வேறு என்ன சம்பந்தம்? என் நெஞ்சு பலவீனமாக அதிர்ந்தது. வதனனும் என்னைப்போல் பயந்து இருக்கலாம். முடிந்த வரை என் உணர்ச்சிகளை வெளிக்காட்டாமல் மூடிவைத்திருந்தேன். அம்மா தேநீர் கொண்டுவந்து இருவருக்கும் தந்தார். அவன் அமைதியாக வாங்கி அருந்தத்

தொடங்கினான். அவன் கழுத்து நரம்புகள் அசைவதைப் பார்த்தேன். வதனன் ஓரளவுக்குக் கூச்ச சுபாவம் உடையவன். வழமையாக வீடு வந்தால் உள்ளேயெல்லாம் அதிகம் வர மாட்டான். தேநீர் கொடுத்தாலே 'எதுக்கு அன்ரி' என்று நெளிவான். கொஞ்ச நேரம் அம்மாவுடன் கதைத்து விட்டுப் புறப்பட்டுச் சென்றான்.

நான் போகப்போவதில்லை என்று தீர்மானித்தேன். உண்மையில் எங்களைச் சுடுவதற்கான காரணம் எதுவும் அவர்களுக்கு இருக்கப்போவதில்லை. ஆனால், அவ்வாறு ஏதாவது நிழந்துவிடுமோ என்று என்னையும் மீறி நான் அஞ்சத்தொடக்கி பல மணித்துளி கடந்திருந்தது.

அம்மாவிடம் 'நான் போகப்போவதில்லை' என்று சொன்னேன். அம்மாவின் உதட்டில் ஒரு புன்னகை சிறு வெடிப்பாக மலர்ந்ததுபோல் தோன்றியது. சட்டென்று அது சினத்தை என்னில் வீசியது. என்னைக் கோழை என்று நினைக்கிறாரா? உடனே அங்கு கிளம்பிச் செல்ல வேண்டும்போல் நெஞ்செழுச்சி எழுந்தது.

அடுத்த நாள் அம்மா என்னிடம் எதுவும் பெரிதாகக் கதைத்துக்கொள்ளாமல் வேலைக்குப் புறப்பட்டுச் சென்றார். நான் அலைபேசியை அணைத்துவைத்தேன். யாரும் என்னைத் தொந்தரவு செய்யவில்லை. காலமை முழுவதும் பேசாமல் தொலைகாட்சியைப் பார்த்துக் கொண்டு அமர்ந்திருந்தேன். வேலைக்கு நிரப்பவேண்டிய விண்ணப்பப் படிவங்கள் காற்றில் சடசடத்தன. இன்னும் நிரப்பவில்லை. உடனே அவற்றை எடுத்து நிரப்ப ஆரம்பித்தேன். பேனை சரிவர எழுதாமல் பிசகுசெய்தது. வேறு பேனைகள் கிடைக்கவில்லை. எரிச்சலுடன் விலகிச்சென்றேன்.

அவனுடைய இறுதிக் கிரியைகள் சுமூகமாக நடந்து முடிந்தன. நான்கு நாள்கள் வீட்டுக்குள்ளேயே அடைந்திருந்தேன். வதனன் என்னைத் தேடி வருவான் என்று எதிர்பார்த்தேன். அவன் வரவேயில்லை. ஒரு மாலைப்பொழுது அவனுடைய வீட்டுக்குச் சென்றேன். விளாமரம் வீட்டுப் படிக்கட்டு அருகே செழித்து வளர்ந்திருந்தது. கீழே சில விளாம்பழங்கள் வீழ்ந்து கோறையாகிக் கிடந்தன.

என்னைக் கண்டுவிட்டு முகம் மலர உள்ளே அழைத்தான். அது பழையகாலத்து வீடு. வீட்டின் வர்ணப்பூச்சுப் படைபடையாகச் சுவரிலிருந்து உதிர்ந்து கொட்டுண்டு இருந்தன. ஏன் வரவில்லை என்று கேட்பான் என்று எதிர்பார்த்தேன். அதற்கான பதிலை நன்கு தயாரித்து இருந்தேன். ஆனால், அவன் அதைக் கேட்கவேயில்லை. உள்ளூர நான் துவண்டேன்.

அதன் பிறகு வேந்தன் வீட்டுக்கு நான் செல்லவேயில்லை. சில நண்பர்கள் கேட்டபோது 'உடல் சுகமில்லை' என்றேன். நாள்கள் நகர நகர இயல்புக்கு வந்தேன். எல்லாம் சரியாக நிகழ்வதுபோல் தோன்றியது. எந்த வேலையும் அமையாமல் மோட்டார் சைக்கிளில் பின்னேரப் பொழுதுகளைக் கழித்தேன்.

இறுதியில் நான் சுவிஸ் செல்லவதாகத் தீர்மானமாகியது. அங்கே அகதித் தஞ்சக்கோரிக்கை இலகுவில் கிடைக்கும் என்றார்கள். டூரிஸ்ற் விசாவில் அங்கே போய் உயிருக்கு அச்சுறுத்தல் என்று சொல்லிக் 'கேஸ்' அடிப்பதாக முடிவானது. வேந்தன் என்னோடு இருந்த புகைப்படங்கள், அவன் சுடப்பட்ட செய்தி வெளியாகிய நாளிதழ்கள் அனைத்தையும் திரட்டி எடுத்து அம்மா என் மேசையில் வைத்தார். திடீரென்று ஓர் ஆறுதல் என்னில் எஞ்சியது. எல்லாம் வெல்லலாம். மகிழ்ச்சி அடையாளம் தெரியாத ஓர் இடத்தில் மலர்ந்தது.

●

சுவிஸ் வந்தபின் ஒருநாள், பனிப்பொழிவு கொஞ்சம் கொஞ்சமாகக் குறைந்தவாறிருக்கும் பொழுதொன்றில் யன்னலுக்கால் எட்டி வெளியே பார்த்துக்கொண்டிருந்தேன். குளிர்க் காற்று சுழன்று வீசிக்கொண்டிருந்தது. கைகளை உரசிக்கொண்டு சொகுசான குஷன் இருக்கையில் காலை நீட்டியமர்ந்தேன். இரண்டடி தள்ளி என் முன்னால் அமர்ந்திருக்கும் மேசையில் செவ்வகவடிவான அகண்ட கண்ணாடியிலான மீன் தொட்டியிருந்தது. அதற்குள் வாலை அசைந்து நெளித்து மீன்கள் மெல்லமாக நீந்திய வாறிருந்தன. இப்போது நேரம் சரியாக இருக்கும். தொலைபேசியை எடுத்து அம்மாவை அழைத்தவாறு கையை நீட்டிச் சாய்வாக வளைத்து சோம்பலை

முறித்துக்கொண்டு ஓய்வாகக் கதைக்கத் தொடங்கினேன். அவரோடு கதைத்துக்கொண்டிருக்கும்போதுதான் அந்த விடயத்தை மிக இயல்பாகச் சொன்னார். 'வேந்தனின் கடைசித் தமக்கை கலியாணம் செய்து சுவிஸுக்கு வந்துட்டா. போய் ஒருக்கா பார்த்துக் கதைக்கிறியா?'

'...'

'ஹெலோவ்...'

'ஓம்...'

'போய்ப் பார்க்கிறீயா என்றேன்?'

'ஓம்' என்று சொல்லி முகவரியைக் குறித்துக்கொண்டேன். கண்டிப்பாகச் சென்று கதைக்க வேண்டும் என்று வலியுறுத்தினார். அடுத்தமுறை கதைக்கும்போது நிச்சயம் அவர்களைச் சந்தித்திருப்பேன் என்று வாக்குக் கொடுத்து விட்டு தொலைபேசியை வைத்தேன்.

●

அடுத்த முறை அம்மாவிடம் கதைக்கும்போது 'சந்தித்தேன்' என்று சொன்னேன். நீண்ட மௌனம் அங்கால் பக்கம் ஒலித்தது. வேறு எதுவும் அவர் கேட்கவும் இல்லை. நான் சொல்லவும் இல்லை. அவர் ஊகித்திருக்கக்கூடும். அருகிலிருந்த மீன்தொட்டியைப் பார்த்தேன். மீன்கள் நீந்திக் கொண்டிருந்தன.அவை இறந்த மீன்களா உயிர் மீன்களா என்ற எண்ணம் ஒரு கணம் தோன்றி மறைந்தது.

இச்சை

'அஜந்தாவும் அவாண்ட ஹஸ்பண்டும் வாறினமாம்' என்று அம்மா சொன்னபோது சின்னத் திடுக்கிடல் உடலில் மின்சாரமாகப் பரவியது. தொடர்ந்து 'நாளைக்கு லஞ்சுக்கு கூப்பிட்டு இருக்கிறோம். வீட்ட சாப்பிட வருகினம்' என்றார். சட்டென்று திடுக்கிடல் வளரத் தொடக்கி பதற்றத்தை அதிகரித்ததை மெல்ல உணரலானேன். கனாடாவில் இருந்து விடுமுறைக்கு வந்திருக்கிறார்கள். நான் சிறுவனாக இருக்கும்போது எங்கள் வீட்டுக்குப் பக்கத்து வீட்டில் குடியிருந்தவர்கள். அங்குதான் நான் எப்பொழுதும் விளையாடச் செல்வேன். என்னைவிட பதினைந்து வயது அஜந்தாவுக்கு அதிகம். பல்கலைக் கழகத்தில் அப்போது அவர் படித்துக்கொண்டிருந்தார். அச்சமயம் நான் தரம் இரண்டில் படித்துக் கொண்டிருந்தேன். பாடசாலை முடிய ஆடைகளை மாற்றிவிட்டு அவர் வீட்டுக்கு விளையாட ஓடிச் செல்வேன். இருள் கவிந்த பின்னர் அம்மா மதிலால் எட்டிக் கூப்பிடும் வரை அங்குதான் இருப்பேன். வீடு செல்ல பஞ்சிப் பிடித்து நிற்கும்போதும் அம்மா அஜந்தாவின் வீட்டுக்கு வந்து என்னைக் கூப்பிட்டுச் செல்வதும் வழமை.

அஜந்தாவின் கூந்தல் நீளமாக வாழைமர நார்கள்போல் தடிப்பாக இருக்கும். அதனைச் சுழற்றி பின்னிப்

பிணைந்து, கூல்பாண்ட் போட்டு கூந்தலை அழகுபடுத்தி சைக்கிளில் நளினமாகச் சென்று வருவார். பின்னேரங்களில் அவரின் வீட்டிலேயே நான் அதிகமான நேரம் செலவிடுவேன். அஜந்தாவுக்கு இரண்டு அண்ணாமார்கள் இருந்தார்கள். திருமணம் முடித்து வெவ்வேறு வீடுகளில் அவர்கள் வசித்தார்கள். அதனாலோ என்னவோ அவர்கள் வீடு வெறிச்சோடி அமைதியாக இருக்கும். வீட்டின் பின்புறம் கொய்யா மரங்களும், கருத்தக் கொழும்பான் மாமரமும் நின்றன. மாமரத்தில் நயிலோன் கயிறில் ஒரு டயர் ஊஞ்சல்போல் தொங்கவிடப்பட்டிருக்கும். டயரில் ஏறி, தலையை உள்ளேவிட்டு, வயிற்றால் முட்டுக் கொடுத்துக்கொண்டு, பின்னால் கால்கள் தொங்க, முன்னும் பின்னும் ஆடுவது எனக்கு பிடித்தமானதாக இருந்தது.

சுற்றிச் சுற்றி ஓடும் ரயில் விளையாட்டுப் பெட்டி அவர்கள் வீட்டில் இருந்தது. மின்சாரம் மூலம் அது ஒலியெழுப்பியவாறு சுற்றி ஓடுவதை மறுபடி மறுபடி நிகழ்த்துவது எனக்கு அதிகம் பிடித்த விளையாட்டு. மாலை ஐந்து மணிக்குப் பிறகு அஜந்தா வீட்டில்தான் நிற்பார். என்னுடன் இணைந்து விளையாடுவது அவருக்கு நல்ல பொழுதுபோக்கு. ‘தம்பி... தம்பி...’ என்று அடிக்கடி என்னைத் தூக்கித் தன் மடியில்வைத்திருப்பார். நான் கொஞ்சம் வளர, அதன் பிறகு என்னை எல்லோர் முன்னிலையிலும் தூக்கிவைத்திருப்பதை அவர் தவிர்த்திருக்க வேண்டும். அவரின் அம்மாவும் அப்பாவும் என்னுடன் மிகுந்த கனிவாக இருந்தார்கள். பொரியுருண்டை, மாஷ்மலோஸ், எள்ளுருண்டை போன்ற தின்பண்டங்கள் சாப்பிட தினமும் அன்புடன் தருவார்கள்.

படுக்கையிலிருந்து அஜந்தாவைப்பற்றி நினைத்துக் கொண்டிருந்தேன். தலைக்கு மேலாக மின்விசிறி சத்தம் எழுப்பாமல் சுழன்றவாறிருந்தது. இப்போது மீண்டும் அவரைச் சந்திக்கப் போகிறேன். ஒரு சிறிய பயம் இருந்தது. அது வேறு வகையான பயம்.

அன்று நான் பாடசாலை விளையாட்டுப் போட்டிக்கான பயிற்சியை முடித்துவிட்டு வீட்டுக்குவர நேரம் பிந்திவிட்டது. களைப்பு உடல் முழுவதையும் சுருட்டிப் பற்றியிருந்தது. அஜந்தாவின் வீட்டுக்கு விளையாடச் செல்லாமல், படுக்கையில் வீழ்ந்து நன்கு நித்திரைகொண்டிருந்தேன்.

எழும்பிப் பார்க்க நேரம் ஐந்தரை கடந்திருந்தது. வீட்டின் பின்னே அம்மா கொப்பரா உரித்துக்கொண்டிருந்தார். நான் எழுந்து முகம் கழுவி, தேநீர் அருந்திவிட்டு, அம்மாவுக்குச் சொல்லிவிட்டு அஜந்தா வீட்டுக்கு வழமைபோல் துள்ளலுடன் சென்றேன். வீட்டுக் கதவு சாத்தியிருந்தது. தள்ளிப் பார்த்தேன். கதவு ஓசையின்றித் திறந்தது. உள்ளே இருள் சாதுவாக மூடியிருந்தது. வீட்டில் யாரும் இல்லை போல் 'அஜந்தாக்கா...' என்று உரத்துக் கூப்பிட்டேன். 'ஓம்... உள்ள வாடா.' அஜந்தாவின் குரல் அவர் வீட்டு அறையில் இருந்து சுவர்களில்பட்டு எதிரொலித்து, என் செவியை வந்தடைந்தது. அங்கு ஓடிச் சென்றேன்.

மேசையின் முன்னேயிருந்த நாற்காலியில் அமர்ந்து மேசை விளக்கின் மின்குமிழ் வெளிச்சத்தில் புத்தகம் ஒன்றை விரித்துவைத்து வாசித்துக்கொண்டிருந்தார். தலைமயிரை விரித்துவிட்டிருந்தார். இருண்ட நீரருவிபோல் அவை காற்றுக்கு அசைந்தவாறிருந்தன.

அறைக்கதவு திரைச்சீலைக்குள் என்னை நுழைத்து, சுற்றிப் பிடித்து, அவருக்கு விளையாட்டுக்காட்டி பற்களைத் திறந்து நகைத்துக்காட்டி சிரித்தேன். என்னை நிமிர்ந்து பார்த்து 'என்னடா... எங்கடா போன?' என்றார்.

'ஸ்போர்ட் மீட் வருது. அதான் வீட்டவர லேட்' என்றுவிட்டு, 'அன்ரியும் அங்கிளும் இல்லையா?' என்றேன். 'இல்லை. வெளியில போயிட்டாங்க' என்றார். 'ஓ...' என்று வியந்து, பொரியுருண்டை ஏதும் அப்ப கிடைக்காதே என மனதில் ஏமாந்தேன். 'என்னடா யோசிக்கிறே... இங்கே வாடா...' என்னை அருகில் வரச்சொல்லி அதட்டலுடன் கூப்பிட்டார். அவரின் குரலில் இருக்கும் அதட்டல் எனக்கு ஏனோ மிக விருப்பமான ஒன்றாக இருந்தது. நானும் சென்றேன். 'என்னடா... அக்காவுக்குக்கிட்ட வர பயமா?' என்றார். நான் வழமைபோல் சிரித்தேன். என்னைப் பிடித்துத் தூக்கி தன் மடியில் வைத்து, என் வயிற்றைத் தடவி கிச்சுகிச்சு மூட்டினார். எனக்கு அதில் ஏதோவொரு வித்தியாசம் தெரிந்தது. இருந்தும் எனக்குக் குதூகலமாக இருந்தது.

ஒருநாள் அவர் வீட்டில் யாரும் இல்லை. நான் ரயில் பெட்டிகளுடன் தரையில் அமர்ந்து

விளையாடிக்கொண்டிருந்தேன். குனிந்திருந்து விளையாடி என் கழுந்து நொந்தது. அஜந்தா என்னைக் கூப்பிட்டார். 'என்ன வேண்டும்?' என்று எழுந்து உள்ளே சென்றேன். அவரின் இரு கைகளால் என்னைப் பிடித்து, மேசையில் என்னை ஏற்றி, இருத்திவைத்தார். மேசை லாட்சியைத் திறந்து சொக்கிலேட் எடுத்து என் கைவரை நீட்டினார். நான் வாங்கச் செல்ல திடீரென்று கையை மேலே உயர்த்தினார். எட்டி அதைப் பறிக்க முயன்றேன், அஜந்தா சிரித்துக் கொண்டு எனக்கு விளையாட்டுக் காட்டினார். என் கை தடுக்கி அவரின் நெஞ்சுப்பகுதியைத் தட்டியது. மென்பந்தில் பட்டதுபோல் என் கை மென்மையாக அதிர்ந்தது. அவர் என்னை முறைத்துப் பார்த்தார்.

'என்ன... இதைப் பிடிக்க ஆசையா?' என்றார்.

'எதை?' நான் புருவம் உயர்த்திக் கேட்டேன்.

'இதைத்தான்' தன் நெஞ்சுப்பகுதியை தொட்டுக் காட்டினார்.

எனக்கு வெட்கம் உள்ளிருந்து பீறிட்டு வந்தது. அவசரமாக 'இல்லையே...' என்றேன்.

'நீ இதைப் பார்த்ததே இல்லையா?' என்றார்.

அவசர அவசரமாகத் தலையை இடமும் வலமுமாக இருபக்கமும் ஆட்டி மறுத்தேன்.

'பொய் சொல்லாத' என்றார்.

'உண்மையாக இல்லை' என்றேன். 'அப்ப இந்தாடா பார்.'

அவர் சட்டென்று சட்டைப் பொத்தான்களை கழற்றி, ஆடையை விலத்தி நெஞ்சைக் காட்டினார். மாதுளம்பழம் போல் மார்பு குமிந்திருந்தது. நான் ஒருகணம் திகைத்து அவரின் முகத்தை நிமிர்ந்து பார்த்தேன்.

'என்னடா பார்க்கிறே... தொட்டுப் பாருடா' என்றார். என் கையைப் பற்றி குமிந்திருந்த நெஞ்சில் வைத்தார். அவர் கண்கள் சொருகியது. நாடியை நிமிர்த்தி, மேலே பார்த்தவாறு ஏதோ சொன்னார். நான் பேசாமல் நின்றாலும், எனக்குள் சொல்லமுடியாத குதூகலம் வளர்ந்துகொண்டிருந்தது.

'என்னடா பேசாமல் நிக்கிறாய்? பிடித்து கசக்குடா...' என்று சினந்த குரலில் சீறினார். இப்போது நினைத்தாலும்,

அவரின் கோபம் என்னை ஆச்சர்யப்படுத்தும். அவர் இளம் மார்பைப் பிடித்து என் பிஞ்சு விரல்களால் கசக்கினேன். பதினைந்து நிமிடங்கள் தொடர்ந்திருக்கும்.

தலையை வருடி முத்தம் கொடுத்தார். இதற்கு முதலும் அவர் முத்தமிட்டு இருக்கிறார். ஆனால், இப்பொது அதில் ஏதோ விசேஷம் இருந்ததை உணர்ந்தேன். அஜந்தா என்னுடன் எப்போதுமே அன்புடனே நடந்துகொண்டாவர். 'தம்பி... தம்பி...' என்று அழைத்தாலும், அதில் கலப்படம் இருந்ததை நான் அறிந்ததில்லை. இப்போது நினைத்தாலும், அவர் என்மீது மிகுந்த அன்புடன் இருந்ததை உணரமுடிகிறது.

ஒருமுறை அஜந்தாவின் அம்மா வீட்டின் பின்வளவில் நிற்கும் முருங்கை மரத்திலேறி காய்களை சமையலுக்குப் பறித்துத்தரச் சொன்னார். அஜந்தா இடிப்பில் கைவத்துக் கொண்டு நிற்க, நான் மரத்தில் ஏறினேன். 'கவனம்... கவனம்...' என்று அவர் சொல்லிக்கொண்டே இருந்தார். நான் கம்பீரமாக கிளைகள் மேல் நின்று எட்டிப்பறித்தேன். 'மசுக்குட்டிகள் நிக்கும் தம்பி... பார்த்து' அவர் குரல் ஒலித்துக்கொண்டிருக்க, கிளையொன்று முறிய நான் தொப் என்று கீழே வீழ்ந்தேன். என் அலறல் சத்தம் கேட்டு அவரின் அம்மாவும் அப்பாவும் ஓடி வந்தார்கள். இடுப்பு உயிரைப் பறிப்பதுபோல் நொந்தது. என்னைப் பிடித்துத் தூக்கினார்கள். என் கண்விழிகள் உருண்டன். அப்போது அஜந்தாவின் கண்களில் நீர்ப் பெருக்கெடுத்து வழிய அழுதுகொண்டிருப்பதைக் கண்டேன். சிறிய சிராய்ப்புக் காயங்கள் ஏற்பட்டனவே தவிர, பாரிய எலும்பு முறிவுப் பிரச்னைகள் என்று ஏற்படவில்லை. அது அவ்வளவு உயரமான மரமும் அல்ல. இருந்தும், இடுப்புவலியால் இரண்டு நாள் படுத்தபடுக்கையாக இருந்தேன். அடிக்கடி அஜந்தா என்னை வந்து பார்த்துச் செல்வார். என் அம்மாவிடம் அடிக்கடி மன்னிப்புக் கேட்டார். அம்மா 'பரவாயில்லை பிள்ளை...' என்று பலமுறை சொல்லியும், அவர் சோகத்திலும் குற்றவுணர்ச்சியில் தடுமாறிக் கொண்டிருந்தார். என் படுக்கை அறைக்கு வந்து என்கையைப் பிடித்து நெற்றியில் புரண்டிருந்த மயிரைக் கோதி கண்ணீர் சிந்தினார். விரைவிலேயே நான் குணமடைந்து மீண்டேன். மீண்டும் உற்சாகமாக அவரின் வீட்டுக்கு விளையாடச் சென்றேன். வழமைபோல் நானும் அவரும் விளையாடினோம்.

என்னிடம் இருந்த டென்னிஸ் பந்து ஒருமுறை காணாமல் போனது. அஜந்தா புதிதாக எனக்கொரு பந்து வாங்கித்தந் திருந்தார். வெள்ளை நிறத்தில் அந்தப் பந்து இருந்தது. வழமையாக அந்த நிறத்தில் பந்துகள் கிடைப்பதில்லை, அவர் அதை என்னிடம் தந்தவுடனேயே எனக்கு நிரம்பப் பிடித்துக்கொண்டது. எப்பவும் அந்தப் பந்துடனேயே திரிந்தேன்; விளையாடினேன்.

அதன் பின் அவரின் வீட்டுக்கு நான் தவறாமல் செல்வது தொடர்ந்தது. எப்போதெல்லாம் அவரின் வீட்டில் நானும் அவரும் மட்டும் தனித்திருக்கிறோமோ, அப்போதெல்லாம் அவர் மார்பை நான் கசக்கிவிடுவது தொடர்ந்தது. இதற்காகவே ஒரு கட்டத்தில் அவரின் அப்பாவும் அம்மாவும் வீட்டில் இருக்கக் கூடாது என்று ஏங்கத் தொடங்கினேன்.

என் காற்சட்டையைப் பிடித்து இழுத்தார். இடுப்பிலிருந்து நழுவி முழங்கால்வரை இறங்கியது. நான் விக்கித்துப் போய் கைகளால் என் குறியை மறித்துக்கொண்டு நின்றேன். 'என்னடா அக்காவிடம் வெக்கம்? கையை எடு' என்றார். என் சொக்கையில் உட்குழி விழும் அளவுக்கு எனக்கு வெட்கம் வளர்ந்தது. நான் தடுமாறி நிற்க, என் கைகளை விலக்கி, என் குறியைப் பார்த்தார். பார்த்தவுடன் விழுந்து விழுந்து சிரிக்க ஆரம்பித்தார். எனக்கு எதுவும் விளங்காவிட்டாலும் நானும் அவரைப்போல் சிரித்தேன்.

'என்னடா... ஆட்டுப்புழுக்கைபோல் இப்படிச் சின்னனாக இருக்கு' என்றார். கொஞ்சம் கோபமும் அவமானமும் கிளர்ந்தன. இருந்தும் சிரித்தேன். என்னைத் தூக்கி கட்டிலில் வைத்து என் குறியைத் தன் சுட்டுவிரலால் தொட்டார். இதே செய்கைகளை அவர் அடிக்கடி செய்வது தொடர்ந்தது. ஆனால், அவர் என் குறியைத் தொடுவதை மட்டும் என்னால் இஷ்டத்துடன் அனுமதிக்க இயல வில்லை. அவர் தடவிய பின்னர் குறி நோக ஆரம்பித்தது. கொஞ்சம் நீண்டு விரிவதை அவர் வாஞ்சையுடன் பார்த்து அழுத்தி த்தடவியபோது முனை நொந்தது. அவரின் கரங்களுக்குள் அகப்படாமல் வெளியேறத் தவித்தேன். இருந்தும் அள்ளிப்பிடித்து தூக்கி, அவர் தன் இஷ்டம் போல் என் உடலை பயன்படுத்தத் தொடங்கினார். தன்

மார்பின்மேல் என்னை அழுத்திப் பிடித்தார். கைகளால் முதுகைக்கோர்த்து, என்னை அழுத்தி, திக்குமுக்காட வைத்தார். நெஞ்சின் மென்மையில் புரள்வது எனக்கு பிடித்தமானதாக இருந்தது. அதை வெளிப்படையாகவே விரும்பினேன். அவரின் கை காற்சட்டையை விலத்தி தொடைகளை உரசிக்கொண்டு என் குறியைத் தொடும் போது மட்டும் நெஞ்சுக்குள் குறுகுறுப்பு எழுந்தது. தீயாகக் கனன்றது. ஆனால், அதை அப்போது விரும்பியதுபோல் தோன்றியது. உடம்பில் சிரிப்புப் படர்ந்தாலும், அவரின் கையைப் பிடித்துக் கடித்து விலத்தினேன். அவரின் கையிலிருந்த காப்பு என் பல்லில்பட்டு நோவை ஏற்படுத்தியது.

அந்த விளையாட்டு தனித்திருக்கும்போது நிகழ்ந்தாலும், கொஞ்ச காலத்தில் அவரின் அப்பாவும் அம்மாவும் இருக்கும்போதே என்னோடு விளையாடுவதுபோல் தன் அறைக்குள் கூட்டிச் செல்வார். இருந்தும், நான் இவற்றில் எதையும் வெளியே சொன்னதில்லை. அனைத்தும் எனக்குள் கரைந்துகொண்டிருந்தது. பிற்பாடு அவராகவே என்னிடம் இருந்து விலகத் தொடங்கினார். ஏனென்று எனக்குச் சட்டென்று தெரியவில்லை. ஆனால், அவர் விலகினார். அவரை அடிக்கடி சந்திக்க இயலாமல் இருந்தது. நேரம் தாழ்த்தியே வீடு வருவார். இரண்டொரு வார்த்தை பேசிவிட்டு படிக்கத் தொடங்கிவிடுவார். நானும் விடாமல் கதிரையின் பின்னால் தெரியும் அவரின் கூந்தலை இழுத்து, இயல்பாக அவரிடம் ஒட்டப் பார்த்தேன்.

ஒருநாள் அம்மா, ‘நீ அங்கேபோய் அஜந்தாவைப் படிக்க விடுகிறாய் இல்லையாம். குழப்படி செய்கிறாயாம். இனி அங்கு போனாய் என்றால் அடி வாங்குவாய்’ என்றார். என்னை அங்கு செல்லவிடாமல் தடுத்தார். இரண்டு நாள் அம்மாவுக்குத் தெரியாமல் அங்கு சென்று வந்தேன். அம்மாவிடம் பிடிபட்டு, அப்பாவிடம் அடியும் வாங்கினேன். பிற்பாடு நான் அங்கு செல்லாமல் அறவே விட்டேன். அவர் தந்த வெள்ளைப் பந்தினை வழமைக்கு மாறாக அதிகம் அழுத்தி தனித்திருந்து விளையாடினேன்.

நாங்கள் இருந்த வீடு, வாடகை வீடு. எங்கள் அருகிலிருந்த வீட்டைப் புதிதாக வாங்கி அஜந்தாவின் குடும்பம் குடிவந்திருந்தது. அவரின் அப்பா வங்கியொன்றின்

முகமையாளராக பணியாற்றி ஓய்வுபெற்றவர். அவர்கள் குடிவந்த பின்னர், அம்மாவும் அஜந்தாவின் அம்மாவும் நல்ல சிநேகிதியாகினர். முதன்முதலாக ஒருநாள் நான் அம்மாவுடன்தான் அவர்கள் வீட்டுக்குச் சென்றேன். வீட்டு முன்னறையில் அமர்ந்து கதைத்துக்கொண்டிருந்தார்கள். என் கையில் டென்னிஸ் பந்து இருந்தது. விளையாடியபடியிருக்கும் போது அம்மா செல்வதைக் கண்டு நான் அவர் சட்டையைப் பிடித்துக்கொண்டு அங்கு வந்திருந்தேன். அவர்கள் கதைத்துக்கொண்டிருப்பதைப் பார்க்க எனக்கு அலுப்பாக இருந்தது. கையிலிருந்த டென்னிஸ் பந்தை உருட்டிப் பிடித்தபடி நிலத்தில் எறிந்து, பட்டுத் தெறித்துவர மீண்டும் அதைப் பிடித்து விளையாடிக்கொண்டிருந்தேன். கையிலிருந்த பந்து வீழ்ந்து பட்டுத் தெறிந்து வீட்டுக்குள் சத்தத்துடன் உருண்டு ஓடியது. நான் திகைத்து நின்றுவிட்டு, அம்மாவை நிமிர்ந்து பார்த்தேன். அம்மாவின் கண்களில் பொய்க் கோபம் தெரிந்தது. வீட்டுக்குள் சென்ற பந்தை எடுத்துக்கொண்டு அறையிலிருந்து அஜந்தா வெளியே வந்தார். அப்போதுதான் அவரை முதன்முதலில் பார்த்தேன். ஊதா நிறத்தில் கத்தரிப்பூ படம் பொறித்த வீட்டுச் சட்டையை அணித்திருந்தார். கழுத்திலும் காதோரமுள்ள தலைமயிரிலும் நீர்த் திவலைகள் ஒட்டியிருந்தன.

'யார் இதை எறிந்தது... நீரா?' என்னைக் கொஞ்சம் உலுக்கும் குரலில் பார்த்துக் கேட்டார். நான் நிஜமாகவே அரண்டு, விழிகள் சுழல அம்மாவின் பின் பதுங்கினேன். சிரித்துக்கொண்டு என்னைப் பிடித்துத் தூக்கினார். இப்போதுதான் குளித்துவிட்டு வந்தவராக இருக்க வேண்டும் ராணி சோப்பின் வாசம் அவர் தேகத்திலிருந்து வீசியது. நான் குழைந்து சிரித்துவிட்டு அம்மாவைப் பார்த்தேன். அம்மாவும் சிரித்துவிட்டு, 'ஒரே குழப்படி நல்ல அடிபோடும்' என்றார். மூன்று பெண்களுமாக உரத்துச் சிரித்தனர். தனி ஆணாக நான் வெட்கப்பட்டு ஒடுங்கினேன். எனக்கு முதல் பார்வையிலே அஜந்தாவை நன்கு கவர்ந்தது. மிக அன்பானவராக இருந்தார். அவரின் கூந்தலைப் பிடித்து விளையாடுவதும், நுள்ளிவிட்டு ஓடுவதும் அவர் என்னை துரத்திப்பிடித்து அடிப்பதும் மகிழ்ச்சிதரும் பின்னேரப் பொழுதுகளாகின. எனக்கு வீட்டில் விளையாடுவதற்கு உடன்பிறப்புகள்

இல்லாதனால் நானும் அவருடனே பொழுதுகளை கழிக்கத் தொடங்கியிருந்தேன். அவ்வாறுதான் அவருடனான உறவு ஆரம்பித்தது. பின் விநோதமாக முடிவடைந்தது.

கொஞ்ச காலத்தில் நாங்கள் வேறு வீடுமாறி வந்து விட்டோம். காலம் வளர, நானும் அவரை மறந்து விட்டேன். அவர்கள் பிற்பாடு கொழும்பு சென்று வசித்தார்கள். பின்னர் அஜந்தா திருமணம் முடித்து கனடாவுக்குச் சென்றுவிட்டதாகத் தெரிந்துகொண்டேன். பதின்ம வயதுகளை எட்டிய பின்னர், பழைய நினைவு களை மீட்டிக்கொள்வேன். அவர் தந்த வெள்ளைப் பந்து இன்னும் என்னிடம் பத்திரமாக இருந்தது. அவரின் வெற்று மார்புகளையும், அதனைத் தீண்டிய நினைவு களையும் மீட்டி இன்புற்று, தனிமையில் கரைமைதூனம் செய்துகொள்வேன். இன்று வரை அந்தப் பழக்கம் தொடந்துகொண்டேயிருக்கிறது.

சிகரெட்டின் கடைசி இழுப்பை முடித்துக்கொண்டு என் நெருங்கிய நண்பரிடம் ஒருநாள் சொன்னேன். எனக்கு நேர்ந்த அனுபவங்களைக் குதூகலத்துடன் கேட்டுக்கொண்டிருந்து விட்டு, 'நீ அதிஷ்டக்காரன்டா. அதற்கு மேல நீ எதுவும் முயற்சி செய்யவில்லையா?' என்றான். அவன் முகத்தில் ஓக்கிக் குத்தவேண்டும்போல் தோன்றியது. தொடர்ந்து, 'யார் அந்தப் பெட்ட? உன்னை நல்லா துஷ்பிரயோகம் செய்திருக்கிறாள்' என்றான்.

'துஷ்பிரயோகமா? ஹ்ம்ம்... நான் அதை அப்படி நினைக்கவில்லை' என்றேன்.

'அப்ப இது என்னவாம்? இதுவே ஒரு பெண் பிள்ளைக்கு ஆணொருவர் செய்திருந்தா என்ன நிலைமை?'

'அது பெரிய கேஸ்தான்... பொம்பளைப் பிள்ளை ஓராளுக்கு இப்படி நடந்திருந்தா, இப்படி என்னை மாதிரி ஃபிரெண்ட்ஸுக்கு சொல்லிக்கொண்டு திரியமாட்டினம். அது பெரிய உளவியல் தாக்கமாக இருக்கும்' என்றேன். புகைத்து முடிந்த சிகிரெட்டை எறிந்துவிட்டு, புறப்பட்டோம்.

நாளை வீட்டுக்கு வரப்போகிறார். நேருக்கு நேராகச் சந்திக்கப் போகிறோம். எப்படி அவர் முகத்தைப் பார்ப்பது, ஏதும் தெரிந்ததுபோல் காட்டிக்கொள்வாரா? இல்லை...

ஏதும் சொல்லி மன்னிப்பு ஏதும் கேட்கப்போறாரோ... நான் எப்படி பதிலளிக்க வேண்டும். 'எனக்கு ஏதும் நினைவில்லை' என்று நடித்தால் போதுமா? சிந்தனைகள் எழுந்து அலைக்கழித்து அடங்கின. உள்ளம் கொந்தளிபிலே இருந்தது. மின்விசிறியைப் பார்த்தவாறு கடந்தகால நினைவுகளில் மூழ்கிவிட்டு படுக்கையிலிருந்து எழுந்தேன். மதியம் ஒருமணி. குளித்துவிட்டுச் சாப்பிட குளியறைக்குச் செல்லும்போது என் குறியில் விந்து கசிந்து வெளியேறியிருப்பதைக் கண்டேன்.

அன்று இரவு முழுவதும் படுக்கையில் புரண்டு புரண்டு படுத்தேன். நித்திரை வரவேயில்லை. கொஞ்ச நேரத்தில் அவரை உடனே பார்க்க வேண்டும்போல் உவகை எழுந்தது. எப்போது மதியம் வரும் என்று வாட்டியது. தலையணையில் முகம் புதைக்க, அவரின் வெற்று மார்பு மாதுளம் பழம்போல் என் முகமருகே குத்தி நின்றது. என்றுமில்லாதவாறு அன்று அவரின் நினைவுகள் பாம்பாக எனக்குள் நெளிந்துகொண்டேயிருந்தது. எழுந்து கரைமைதூனம் செய்துவிட்டு, படுக்கையில் வீழ்ந்தேன். மனம் வற்றிய நதியாக அமைதியடைந்தது. கனவில் தனிமையில் இரண்டு வெள்ளைப் பந்துகளுடன் விளையாடிக்கொண்டிருந்தேன்.

அம்மா நிறையவே விதம்விதமாகச் சமைத்திருந்தார். பன்னிரண்டு மணிபோல் வீட்டின் முன்னே முச்சக்கர வண்டியின் ஹோர்ன் சத்தம் கேட்டது. அவர்கள்தான். என் நெஞ்சு அடித்துக்கொண்டது. நான் என் அறையி லிருந்தேன். அம்மா அவர்களை வரவேற்பதும், கதைத்துப் பேசிச் சிரிப்பதும் கேட்டது. கொஞ்ச நேரம் அறையினுள்ளே இருந்தேன். எப்படி அறையைவிட்டு வெளியே செல்வது? நான் வெளியே சென்றால் வரவேற் பறையில் இருப்பவர்களுக்குத் தெரியும். அஜந்தாவை சந்திக்கும் தருணம் எப்படியிருக்கும், மீண்டும் ஒத்திகை மனதில் பார்த்தேன். அம்மா என்னை வெளியே வரச்சொல்லி கூப்பிட மாட்டாரா என்று தவித்தேன். கொஞ்ச நேரத்தில் இருப்புக்கொள்ளாமல் நானாகவே சட்டென்று வெளியே வந்தேன்.

அஜந்தா, சோபாசெட்டியில் வசதியாகச் சாய்ந்திருந்தார். பக்கத்தில் அவரின் கணவர் முழுக்கை சட்டையணிந்து

நேர்முகத்தேர்வுக்கு செல்பவர்போல் இருந்தார். கணவரின் கையில் ஒருவயது மதிக்கத்தக்க குழந்தையிருந்தது. அட... இவர்களுக்கு குழந்தையிருக்கா? எனக்குள் ஆச்சர்யம் புடைத்தது. அம்மா என்னைக் கண்டுவிட்டு கூப்பிட்டார். அவர்கள் முன்னே தயங்கிச் சென்றேன்.

'ஹலோவ் எப்படி இருக்குறீர்? என்னை நினைவு இருக்கா? முந்தி உமட வீட்டுக்கு பக்கத்தில் இருந்தனாங்கள்... எங்கட வீட்ட விளையாட நீர் வருவீர்; அப்ப நீர் சின்னாள்' என்றார் அஜந்தா. நிறைய மாறியிருந்தார். தேகம் மினுக்கும் நிறத்தில் வெண்மையாகி, கன்னங்கள் இன்னும் புஷ்டியாகி, கண்கள் அகலமாகி தோள்மூட்டுக்கள் சதைப் பிடிப்பாகி முற்றிலும் மாறியிருந்தார். சின்ன வயதில் நான் பார்த்த அஜந்தா இல்லை இவர். முற்றிலும் பிறிதொருவர். நான் திகைத்து நின்றேன்.

'என்ன ஐசே... மறந்துட்டீர்போல' என்றார். நான் சுதாகரித்து 'இல்லை நினைவு இருக்கு' என்றேன். நான் அவரை உண்மையில் மறந்திருப்பேன் என்று நினைத்தாரா? இல்லை, அவர் அனைத்தையும் மறந்துவிட்டாரா? அப்போது அவருக்கு இருபத்திரண்டு வயதிருக்கும், எனக்கு ஏழு வயது. இப்போது எனக்கு இருபத்திரண்டு வயது. அவருக்கு முப்பத்தேழு வயது. உள்ளூர நடிக்கிறாரா? ஆனால், அவர் முகத்தில் எந்த வஞ்சகமும் இல்லை. மிக இயல்பாகவே என்னுடன் பழகினார். என்னைப் பற்றி விசாரித்தார். ஆனால் அவர் கடந்த காலத்தைப் பற்றி எதையும் கதைக்கவில்லை. முன்னர் அவர் வீட்டுக்கு வந்து விளையாடிச் சென்ற சம்பவம் எதையாவது இயல்பாகக் கேட்போமா என்று மனது யோசித்தாலும், எனக்கு தைரியம் வரவில்லை. அவருடன் பேசும்போது அவரின் பார்வை என்னிடம் இருந்து விலத்தும் நேரத்தில், அவரின் நெஞ்சைப் பார்த்தேன். வீங்கிப்போய் சலிந்து தொய்ந்தவாறு மார்புகள் இருந்தன. இளவயது மார்பின் நினைவுகள் என்னில் கிளர்ந்தன. பாதியாக வெட்டிய டென்னிஸ் பந்துபோல் குவிந்திருந்தன. அவை எத்தனை அழகு. இப்பொது தொய்ந்து போய் சலிந்து இருக்கவேண்டும். திடீரென்று என் மீது எனக்கு எரிச்சல் ஏற்பட்டது.

சாப்பிடச் செல்ல, கைகழுவ அருகில் நின்ற என்னிடம் குழந்தையைத் தந்தார். என்கைகளால் தாங்கிப் படித்தேன்.

விழிகளை உருட்டி, என்னைப் பார்த்து பரிசுத்தமாகச் சிரித்தது. நீண்ட நாள் பழகியவன்போல் என்னுடன் ஒட்டிக்கொண்டது. எல்லோரும் அமர்ந்து மேசையில் உணவருந்தினோம். அடிக்கடி அவரின் குழந்தை அழுதது. சாப்பிட்டவாறிருந்தாலும் வலக்கையை உயர்த்திக் கொண்டு இடக்கையால் மிக அன்பாக குழந்தையைச் சீராட்டினார். அஜந்தாவின் கணவர் இரண்டொரு வார்த்தை என்னிடம் பேசினார்.

அவர்கள் அன்று பின்னேரமே புறபட்டுச் சென்றார்கள். மழையடித்து ஓய்ந்ததுபோல் இருந்தது. அதன் பின் அவரின் பழைய நினைவுகளை மீட்க தடுமாற்றமாக இருந்தது. உண்மையில் அந்த நினைவுகள் அச்சம் தந்தன. அவரின் குழந்தையின் உருண்ட விழிகள் என் நினைவில் மாறி மாறி இடறின. என் மேசை லாட்சியைத் திறந்தேன். வெள்ளை நிறத்தில் டென்னிஸ் பந்திருந்தது.

ஒரு கத்தியை எடுத்து, அதை இரண்டாக வெட்டி என் இரண்டு மேசை லாட்சியில் ஒவ்வொன்றாக இட்டு பூட்டி வைத்தேன். அதன் பின் பழைய சம்பவங்களை நினைந்து கரமைதூனம் செய்வதை அடியோடு நிறுத்தினேன். ஆனால், அடிக்கடி லாட்சியைத் திறந்து வெட்டிய பந்துக் கோளங்களை மட்டும் பார்த்தேன்.

உறுப்பு

ஏதோவொரு வாசம் கமழ்ந்துகொண்டிருந்தது. சன்னலைத் திறந்து வெளியே வேடிக்கை பார்த்தேன். பலாமரத்தில் அணில்கள் குறுக்கும் மறுக்குமாக ஓடிக்கொண்டிருந்தன. சிறிய ஆசுவாசம் பரவியது. அவசர அவசரமாக என் பாடசாலை உடைகளைக் களைந்து, மாற்றுடை மாற்றி விட்டு சாப்பாடு மேசைப்பக்கம் சென்றேன். ஏற்கெனவே போட்டு மூடிவைத்திருந்த மதியத்து சோறு, கறிகளுடன் ஆறிப்போய் இருந்தது. சுவரிலிருந்த மணிக் கடிகாரத்தில் நேரத்தைப் பார்த்தேன். இரண்டு நாற்பது. இன்னும் இருபது நிமிடங்கள் இருக்கின்றன வகுப்புத் தொடங்க. பாதிவரை சாப்பிட்டுவிட்டு, கொப்பிகளோடு லுமாலா சைக்கிளில் ஏறி மிதித்தேன். வெயில் முதுகில் ஊடுருவிச் சுட்டது.

செம்மண் பாதை வளைந்து நெளிந்து சென்று தார் வீதியில் ஏறியது. இருபது மீற்றர் தூரம் சென்றிருப்பேன். ரணசிங்க என்னைச் சைகை காட்டி மறித்தான். ரணசிங்க ராணுவத்தில் இருக்கும் சிப்பாய். அடிக்கடி என்னை மறித்து, கொச்சைத் தமிழில் குசலம் விசாரிப்பது அவனுக்கு சமீபகால வேலையாக இருந்தது. அவனால் அடிக்கடி வகுப்புக்குப் பிந்திச் செல்வதும் நிகழ்ந்தது. இருந்தாலும், ராணுவச்சிப்பாய் ஒருவனுடன் சிநேகிதமாகப் பேசுவதை மற்றவர்கள் பார்த்துக்கொண்டு செல்லும் போது பெருமையும் கிளர்ந்து மலர்ந்தது.

ரணசிங்கவிடம் சென்றேன். அவன் சிரிக்கவில்லை. 'மல்லி எங்க போறது?' என்றான். தினமும் டியூஷன் வகுப்புக்குச் செல்வது இவனுக்குத் தெரியாதா? தினமும் இந்தக் கேள்வியைக் கேட்பான். நான் இதே பதிலை அட்சரம் பிசகாமல் சொல்வேன்.

'ட்யூஷன்... படிக்க, படிக்க... வகுப்புக்குப் போறேன் சேர்' என்றேன். முகத்தில் ஒரு புன்னகையை வைத்துக் கொண்டு. அவன் வீதிக் கரையோரமாக என்னை நிறுத்தி வைத்து கதைத்துக்கொண்டிருந்தான். சைக்கிள் ஹாண்டிலை அவன் தடித்த கைகள் அழுத்திப் பிடித்திருந்தன. அவன் தோள்பட்டையில் இருந்து துப்பாக்கி, நாடாவில் இடுப்புக்கு கீழ் தொங்கிக்கொண்டிருந்தது.

•

நாங்கள் மொறட்டுவைக்கு வந்தபோது விண்மீன்கள் வானத்தில் ஒளிராமல் இரக்கத்துடன் மறைந்திருந்தன. ஒரேயொரு நட்சத்திரம் மட்டுமே வெண்ணிறத்தில் பிரகாசமாகத் தென்பட்டது. நீண்ட பெரிய மழைக்கு வானம் தயாராகிக்கொண்டிருந்ததாகத் தோன்றியது. எண்ணியது போலவே அன்று இரவு மழை அடித்து ஊற்றியது. அந்த இரவு எனக்கு நிரம்பவே பிடித்திருந்தது. ஆனால், அங்கு பிடித்த இரவாக அதுமட்டும்தான் இருக்கும் என்பது எனக்கு அப்போது தெரியாமல் இருந்தது. கல்கிசையில் ஒரு வீடு வாடகைக்குக் கிடைத்திருந்தது. எமது சீனியர்ஸ் அண்ணமார் அந்த வீட்டை வாடகைக்கு எடுத்து எமக்காக ஒதுக்கியிருந்தனர்.

முதல்நாள் பல்கலைக்கழக வரவு இனிமையாக இருந்தது. பொறியியல் வளாகத்தை சுற்றிச் சுற்றிப் பார்த்தேன். நீண்ட சுவர்களுக்குள் அணில்போல் நுழைந்தும் மறைந்தும் சென்றேன்.

அன்று இரவு எமது அறைக்கு நான்கு சீனியர் அண்ணமார் கள் வந்தார்கள். நாங்கள் உருவெடுத்த புன்னகையுடன் அவர்களைப் பாத்தோம். மெலிதான இகழ்ச்சி அவர்கள் முகத்தில் தோன்றி மறைந்தது.

'டேய்... எல்லோரும் எழுந்து லைனாக நில்லுங்கடா...' அந்தக் குரல் கடுகடுப்பாக என்னைச் சுற்றி அலையாக

விரிந்தது. அதிலிருந்த அதிகாரம் எரிச்சலைத் தந்தது. இது வரை அவர்களிடம் இருந்த நட்பார்ந்த முகம், அதிகாலை வைக்கோலில் படர்ந்து காணாமல்போன பனிபோல் காணாமல் போயிருந்தது. வீட்டில் தங்கியிருக்கும் நாங்கள் ஒன்பது பேரும் வரிசையாகிச் சேர்ந்து நின்றோம்.

'ஏய் சிரிக்காத... யாரும் சிரிக்கக் கூடாது. சீனியர்ஸப் பார்த்து சிரிப்பீங்களாடா?' ராஜு அண்ணா கையை நீட்டி ஒற்றை விரலை காற்றில் விசுக்கி எங்களில் ஒருவனைப் பார்த்துச் சொன்னார். எனக்குள் நடுக்கம் வேரூன்றி வளர்ந்து எழுந்தது.

'யாரும் அசையக் கூடாது... கேக்கிற கேள்விக்கு மட்டும் பதில் சொல்லணும்.'

'சரியண்ணோவ்...'

'யார்ரா அது, நக்கலா உனக்கு?' சொன்னவனின் செவிடு மின்னியது. அறைந்த சத்தம் சுவரில்பட்டு எதிரொலித்துக் கரைந்து அடங்கியது. அவர்களின் விபரீதத்தை அது மிக உக்கிரமாகக் காட்டியது. அந்த வரவேற்பறை அதீத மௌனத்துக்குள் வீழ்ந்து அமிழ்ந்தது. நாங்கள் நிலை கொள்ளாமல் தத்தளிக்க ஆரம்பித்தோம். அறை வேண்டியவனின் விசும்பல் ஒலி என் செவியை வந்தடைய திடுக்கிடலுடன் அவனைத் திரும்பிப் பார்த்தேன்.

'அசையக் கூடாது என்றல்லோ உன்னிடம் சொன்னேன்...' விறைத்த தடிமனான கை என் இடப்பக்க கன்னத்தில் வீழ்ந்தது. வலியில் கன்னத்தின் சதைகள் ஒடுங்கின. தலைக்குள் பொறிப் பொறியாக புள்ளிகள் எழுந்து மின்னி மறைந்துவிட்டு அடங்கின. ஒருகணம் நிலைதடுமாறி விழப் பார்த்தேன். என் கால்கள் இயல்பாக புவியீர்ப்புச் சமநிலையைப் பேணத் தடுமாறி நின்றன.

'டேய்... எல்லாரும் உடுப்பை கழற்றுங்கடா.'

•

ரணசிங்க 'பொக்கற்றில் என்ன இருக்கு?' என்று கேட்டு கையை விடும்போது சுதாகரிக்கவில்லை. அவன் கை என் ஆணுறுப்பை அழுத்தியபோதுதான் திடுக்கிட்டேன். அவனின் தடித்த கைகளை தட்டிவிட முயன்றேன். அவன்

இளித்துக்கொண்டு என்னைப் பார்த்தான். என் கண்கள் சிவந்தன.

'குண்டிருக்கா குண்டிருக்கா என்ன இரிக்கி மல்லி' என்று கேட்டுக்கொண்டு அழுத்தினான். ஆணுறுப்பில் வலியெடுத்தது. விதைப்பையை அவன் கைகள் விராண்டிச் செல்ல எத்தனித்து ஓரளவுக்கு வெற்றியும் பெற்றது.

அன்று வகுப்புச் செல்ல தாமதமாகியிருந்தது. கடைசி வாங்கில் சென்று அமர்ந்தேன். தேகம் வியர்த்து, படபடப்பில் உதறிக்கொண்டிருந்தது. ஆணுறுப்பு கடுகடுத்துக் கொண்டிருந்தது.

வீடு சென்ற பின் அம்மாவிடம் சொல்லலாமா என்று யோசித்தேன். எப்படி ஆரம்பிப்பது? கொஞ்சம் தயக்கமாகவும் வெட்கமாகவும் இருந்தது. பின்வளவுக்குத் தனியாகச் சென்று பாலமரத்தடியில் நின்று யோசித்தேன். குறுக்கும் மறுக்குமாக பாய்ந்துகொண்டிருந்த அணில்கள் என்னைத் தலை நிமிர்த்தி முன்னங்கால்களை ஒன்று சேர்த்து சந்தேகத்துடன் அவதானித்துவிட்டு, மீண்டும் குதித்தோடின.

'ஏன் ஒரு மாதிரி இருக்காய்?' அம்மா எதேச்சையாகக் கண்டு வினவியபோது ஏதும் சொல்ல இயலவில்லை. மௌனமாகச் சென்றேன். அடுக்களையில் சமைப்பதில் மும்முரமாக எப்போதும்போல அவர் இருந்தார்.

எப்படியும் வகுப்புக்கு அந்த வழியாகவே செல்ல வேண்டும். வேறு சுற்றுவட்டப் பாதைகள் இருக்கின்றதா என்று பார்த்தேன். ம்ஹூம்... எப்படியும் அந்த வழியால் தான் சென்றாக வேண்டும். ரணசிங்க அங்கேதான் வீதியோரத்தில் கடமையில் நிற்பான்.

இரண்டு நாள் எனக்கு சாதுவான காய்ச்சலாக இருந்தது. ஆகவே வீட்டில் இருந்தேன். பாடசாலைக்கும் செல்ல வில்லை. இரண்டு நாள்களாக வீட்டில் படுத்திருப்பதைப் பார்த்துவிட்டு மருத்துவரிடம் அப்பா அழைத்துச்சென்றார். 'சாதாரணக் காய்ச்சல்தான் இதுக்கு ஏன் ஸ்கூல் போகாம இருக்கீங்க... பயப்படும்படி ஒன்றும் இல்லை' என்று விட்டு சில மாத்திரைகளை எழுதித் தந்தார். வீடு வரும் வரை அப்பாவிடம் வசைச் சொற்களை கடுமையாக

வாங்கவேண்டியிருந்தது. என் முகம் தடித்துப் போய் ஊதியிருந்தது.

•

தினமும் பகிடிவதை என்ற பெயரில் அரங்கேறும் சித்திரவதை தாங்க முடியாத துன்பத்தைத் தந்தது. ஒவ்வோர் இரவுப் பொழுதையும் அச்சத்துடனேயே அணுகினேன். உள்ளுக்குள் முள் தடுமாறிக்கொண்டிருந்தது. ஒவ்வோர் அசைவுக்கும் நொறுங்கினேன். தினமும் இரவில் திடீர் என்று செக்கிங் வரும் ராணுவம்போல சீனியர்ஸ் எங்கள் அறைக்குள் சாடலடியாகப் புகுந்தார்கள். அவர்களிடம் ஒரு வீட்டுச் சாவி இருந்தது எல்லாவற்றுக்கும் வசதியா யிருந்தது. அவர்கள் வந்தவுடன் நாங்கள் எல்லோரும் எழும்பி ஆடைகளைக் களைந்துவிட்டு வெறுமே ஜட்டியுடன் மட்டும் அவர்கள் முன் தலையைக் குனிந்துகொண்டு நிற்க வேண்டும்.

அறைக்குள் அதிகாலை மூன்று மணிபோல் நான்கு சீனியர்ஸ் அண்ணமார்கள் வந்தார்கள். என் தொடையில், இடுப்பில் அவர்களின் பெருவிரலால் எழுப்பத் தடவியிருக்க வேண்டும். இடுப்பில் ஏதோ ஊர்வதுபோல் இருப்பதை அவதானித்துவிட்டு திடுக்கிட்டு எழும்பினேன். எனக்கு முன்னால் இளித்துக்கொண்டு அவர்கள் நின்றார்கள். வழமைக்கு மாறாக அவர்களின் முகத்தில் புன்னகை ததும்பியது. நாங்கள் பேசமால் கொள்ளாமல் பழகிய முகபாவத்துடன் சாரத்தை களைந்துவிட்டு ஜட்டியுடன் அவர்கள் முன்னே நின்றோம்.

'எல்லோரும் இங்க வாங்கடா... இது என்னவென்று தெரிகிறதா?' பிரதீஸ் அண்ணா உள்ளங்கையில் அதைக் காட்டினார். வெள்ளை நிறத்தில் சிறிய வளையமாக இருந்தது. மெல்லிய வெள்ளைப் பொலுத்தின் அதைச் சூழ்ந்திருந்தது. நாங்கள் எதையும் சொல்லவில்லை.

'இதுதான்டா கொண்டம்... ஹிஹி... இதை யாராச்சும் பாவிச்சு இருக்கீங்களா?' நாங்கள் தலையைச் சிறிதுகூட அசைக்கவில்லை. ராணுவ அணிவகுப்பில் நிற்கும் சிப்பாய்கள்போல் விறைந்து நின்றோம்.

‘என்னடா பேசாமல் நிக்கிறீர்கள்... வாயைத் திறந்து சொல்லுங்கடா...’ நாங்கள் ஒருமித்து உரத்து ‘இல்லை’ என்றோம்.

‘இப்ப எல்லோருக்கும் ஒவ்வொன்று தரப்போகிறோம். எல்லாரும் உங்கட சாமானில மாட்டணும். லைட்ட ஓஃப் பண்ணுவோம். சுவத்து மூலைக்குச் சென்று கையடித்து விட்டு இதுக்குள்ள நிறையும் விந்தைக் கொண்டு வந்து காட்டணும். சரியா...’

எனக்குத் தலை கிறுகிறுத்தது. அணிலொன்று சீலிங் இடைவெளிக்கால் ஓடிப்போனது.

மின்குமிழ்கள் அணைக்கப்பட்டன. ஒவ்வொருவரும் ஒவ்வொரு மூலைக்குச் சென்றோம். என் ஆணுறுப்பு சுருங்கி சிறுத்து இருந்தது. இதயம் வேகவேகமாக அடித்துக்கொண்டது. விறைப்படையச் செய்ய கடுமையாக முயன்றேன். எந்தவித முன்னேற்றமும் இன்றி கொவ்வைப் பழம் போல் சுருங்கியே இருந்தது. நெற்றியில் ஊடுருவி யிருந்த நரம்பில் வலியொன்று தொற்றிக்கொண்டது.

•

ரணசிங்க என்னை மறித்தபோது உச்சிவெயில் சுட்டெரித்துக்கொண்டிருந்தது. அதன் கொதிப்பில் வழிந்த வியர்வையைவிட, உள்ளூர எனக்குள் கிளர்ந்த அச்சத்தால் பொங்கிய வியர்வை அதிகமாக இருந்தது.

அவனும் சிரிக்கவில்லை. நானும் சிரிக்கவில்லை. இருவரும் ஒவ்வொருவரின் முகத்தைப் பார்த்துக்கொண்டு நின்றோம். சடுதியாக என்னை அருகிலிருந்த வெறும் வளவுக்குள் கூட்டிச் சென்றான். முரண்டுபிடிக்க முடிய வில்லை. அவனின் இடிப்பில் அசைந்துகொண்டிருக்கும் துப்பாக்கி கடுமையாகப் பயமுறுத்தியது. ‘சேர்... சேர்... கிளாஸுக்கு போகணும். பிந்தினால் பேசுவாங்க’ என்று முனகினேன். யாராவது என்னைக் காண மாட்டார்களா என்று ஏங்கத் தொடங்கினேன். துரதிர்ஷ்டவசமாக வீதியில் எந்தச் சன நடமாட்டமும் இருக்கவில்லை.

அது மிகப் பழமையான வளவு. துருபிடித்த பழைய இரும்புத் தகரங்களும் குப்பைமேனிச் செடிகளும் குவிந்து

பரவியிருந்தன. மிகத் தடிமனான கருதக்கொழும்பான் மாமரம் கிளைகள் பரப்பி வளர்ந்திருந்தது. நிறைய அணில்கள் மரக்கிளைகளில் சுதந்திரமாக இருந்தன. எங்கள் நடமாட்டத்தைக் கண்டு வெருண்டு தலைதெறிக்க ஓடின. மாமரம் அருகில் மண்ணினால் ஆன மதில் பாதி இடிந்த நிலையில் இருந்தது. ரணசிங்கே என்னைக் கூட்டிச் சென்று நிறுத்தினான். மேல் மூச்சு கீழ்மூச்சு வாங்க அவனது பரந்துவிரிந்த தேகத்துக்கு முன் சுண்டெலிபோல் ஒடுங்கி நின்றேன்.

துப்பாக்கியை முதுகுப் பக்கம் திருப்பிக் கொழுவிவிட்டு, அவன் தனது லோவுசர் ஜிப்பைத் திறந்து தனது ஆணுறுப்பை வெளியே எடுத்தான். ஜீரணிக்க முடியாமல் மிகுத்த அரியண்டதுக்குள் உள்ளானேன். சடுதியாக முகத்தைத் திருப்பினேன். என் கையால் அவன் குறியை பற்ற வற்புறுத்தினான். நான் முரண்டு பிடிக்க, அவன் இழுத்து என் மெலிந்த கைகளால் அவன் உறுப்பைப் பிடிக்கவைத்தான். முற்றிய கத்திரிக்காய்போல் தடித்துப் போய் இருந்த அவன் உறுப்பு விறைத்தது. என் எலும்புக்குள் எதோ நுரைத்ததுபோல் இருந்தது. அதற்குப் பின் நடந்ததை விளக்கக் கடினமாக இருக்கிறது. என் முகத்தில் அவன் விந்துத்துளிகள் சிதறியிருந்தன.

பிற்பாடு என் காற்சட்டையை நீக்கி, என் உறுப்பை அவனின் தடித்த இரும்புக்கையால் உக்கிரமாகப் பிடித்துக் கசக்கினான். என் உடம்பு முழுவதும் வலியேறிப் படர்ந்தது. என்னை மறந்து நான் வலியால் அவலக் குரல் எழுப்பினேன். 'ஹட்ட வஹாப் பங்கூ' என்று சொல்லிக் கொண்டு ரணசிங்க என் கன்னத்தில் துவக்குப் பிடியால் ஓங்கி அறைந்தான். கண்கள் இருண்டுகொண்டு வந்தன. நான் மயங்குகிறேனா என்று சுதாகரிக்க முதல் நான் நிலத்தில் மயங்கிச் சரிந்தேன்.

கள்ளுச் சீவ வந்த தம்பிதுரை அண்ணன்தான் என்னைக் கண்டுவிட்டு அரைகுறை மயக்கத்தில் இருந்த என்னை வீட்டில் ஒப்படைத்தார். அம்மாவுக்கும் அப்பாவுக்கும் விஷயம் தெரிந்துவிட்டது. ஆனால், அவர்கள் எதையும் என்னிடம் கேட்கவேயில்லை. ஒரு வாரம் சாதுவான காய்ச்சலில் இருந்த என்னை அப்பாவும் அம்மாவும் விழுந்து விழுந்து கவனித்தனர். அதைப் பற்றிக்

கேட்பார்கள், கேட்பார்கள் என்று காத்திருந்தேன். ஆனால், அந்தச் சம்பவம் பற்றி எதையுமே கேட்கவில்லை. சலிப்புற்று எரிச்சலில் வீழ்ந்தேன். தலையணையைத் தழுவிக்கொண்டு அழுதேன். அதற்குப் பிற்பாடு நாங்கள் கொக்குவில்லுக்கு வீடு மாறினோம். அதன் பின் வந்த இரண்டு வருடங்களில் நாட்டின் நிலைமை முற்றிலும் மாறியது. யுத்தம் முடிவடைந்து, வீதியில் நிறுத்தப் பட்டிருந்த ராணுவத்தினர் முகாமுக்கு திரும்ப அழைக்கப் பட்டார்கள்.

எப்போதெல்லாம் என் நண்பர்கள் சுய இன்பத்தைப் பற்றிப் பேச ஆரம்பிகிறார்களோ அப்போதெல்லாம் என் எலும்புக்குள் ஏதோ நுரைப்பதுபோல் இருந்தது. உண்மையைச் சொல்ல வேண்டும் என்றால், என் ஆணுறுப்பைப் பார்க்கவே எனக்கு அச்சமாக இருந்தது. சிறுநீர் கழிக்கும்போது முடிந்த வரை ஆணுறுப்பைப் பார்ப்பதைத் தவிர்த்தே வந்தேன். சுய இன்பம் செய்வதை கற்பனை செய்து பார்ப்பதில்கூடத் தோல்வியடைந்தேன்.

●

எல்லோரும் விந்து நிறைந்த கொண்டத்தினை பிரதீஸ் அண்ணாவிடம் காட்டினார்கள். அவர் ஒரு பென்சிலினால் நிறைந்திருந்த கொண்டத்தினைத் தட்டிப்பார்த்து ‘அட… உனக்கு இவ்வளவு கட்டியா இருக்கு, உனக்கு இவ்வளவு லைட்டா இருக்கு. தினமும் இறைக்கிறீயல்போல’ என்று கமென்ட் கொடுத்துக்கொண்டிருந்தார்.

நான் சுவரைப் பார்த்துக்கொண்டு சோர்ந்துபோய் நின்று கொண்டிருந்தேன். என் கண்களில் கண்ணீர் வழிந்து உதட்டை நனைத்தது. அதன் உப்புச்சுவை பலதை நினைவுபடுத்தியது. எலும்புக்குள் ஏதோ நுரைத்ததுபோல் இருந்தது. வயிறு குமட்டிக்கொண்டேயிருந்தது.

‘டேய் நீ என்னடா பண்றாய்… இவ்வளவு நேரம் ஆகிட்டு…’ என்னை நோக்கி பிரதீஸ் அண்ணாவின் குரல் வெட்டிய இரும்புத்துண்டாக வந்து வீழ்ந்தது. மின்விசிறியின் காற்று என்மேல் கவிந்து ஒருகணம் என்னைக் குளிர்ச்சியில் ஆழ்த்தியது. தேகம் புல்லரித்தது. ஜட்டியைச் சரி செய்து கொண்டு அவர்கள் முன் போய் தலையைக்

குனித்துகொண்டு, 'என்னால் முடியலை அண்ணா...' என்றேன்.

'ஏன்டா?'

'எழும்புதில்லை.' நான் சொல்லி முடிக்க, அவர்கள் நால்வரும் வெடித்துச் சிரித்தார்கள். அவமானத்தால் நான் கூனிக்குறுகி நின்றேன். எனக்கு அழுகை முட்டியது.

'படுவா ராஸ்கல்... எல்லோருக்கும் எழும்புது... உனக்கு மட்டும் என்ன? விந்து எடுத்துக் காட்டாமல் போக ஏலா...'

என் இயலாமையைப் புரியவைக்க அவர்களிடம் பாடுபட்டேன். அவர்கள் அதைக் கண்டுகொள்வதாகத் தெரியவில்லை.

பிரதீஸ் அண்ணாவின் கைகளை 'ப்ளீஸ் அண்ணா...' என்று சொல்லிக்கொண்டு பிடித்தேன். அருவறுப்புடன் என் கையைத் தட்டிவிட்டுக்கொண்டு, 'சாமானைப் பிடித்த கையால் என்னைத் தொடுறியா நாயே...' என்று சீறிக் கொண்டு என்னைத் தள்ளிவிட்டார். நான் நிலை தடுமாறி விழுந்தேன்.

'ஏய் இவனின் ஜட்டியைக் கழற்று...' பக்கத்தி லிருந்தவர்களிடம் சொன்னார்கள். ஆளாளுக்கு திரும்பிப் பார்த்துவிட்டு நிற்க, சுரேஷ் அண்ணா 'டேய் சொன்னது விளங்கலையா?' என்று கத்த, அவர்கள் என்னை அமர்த்திப் பிடித்து, முழு நிர்வாணம் ஆக்கினார்கள்.

அங்கிருந்த மடிக்கணினி ஒன்றை இயக்கி போர்னோ படம் ஒன்றை ஓடச்செய்துவிட்டு, என்னைத் திரையின் முன்னால் நிற்கவைத்தார்கள். 'நீ இதைத் தொடர்ந்து பார்க்க வேண்டும். சாமான் எழும்பும். எழும்பின உடனே டக்குனு முடி' என்றார்கள். என் தேகம் முழு அவமானத்தாலும் தடுமாற்றத்தாலும் நடுங்கிக்கொண்டிருந்தது. எவ்வளவு நேரம் ஆகியும் என் உறுப்பு எழும்பவேயில்லை. சிறுத்த கொவ்வைப்பழம்போல ஒட்டியபடி இருந்தது.

'இவனுக்கு எழும்பாதாம்' என்ற செய்தி எங்கள் பீடம் முழுவதும் பரவியது. 'மலடன்' என்ற பட்டப்பெயர் கிடைத்தது. கூடப் படிக்கும் பெண்கள் சிலர் என் முதுகுக்குப் பின்னால் சிரிப்பதுபோல் தோன்றியது. சில

சிங்கள மாணவர்கள் என்னிடம் 'அப்படியா?' என்று நேராகவே கேட்டார்கள். அன்றோடு பல்கலைக்கழகப் படிப்புக்கு முற்றுப்போட்டுவிட்டு முற்றிலுமாக விலகினேன்.

●

எப்போதும் வீட்டில் என் அறையிலே படுத்திருந்தேன். வெளியே செல்வதையே தவிர்த்தேன். நேரத்துக்கு அம்மா சாப்பாடு சமைத்து, அறைக்கதவைத் தட்டி சாந்தமாகத் தந்தார். அவரின் கண்களில் சொல்ல முடியாத துக்கம் ஒட்டிக்கொண்டது. சில சமயம் அவர் தரும் சாப்பாட்டுத் தட்டை விசிறி அவர் முன்னே எறிந்தேன். அவரின் கண்களில் எழும் அச்சத்தை உள்ளூர ரசித்தேன்.

மாவட்ட மட்டத்தில் பன்னிரண்டாவதாக கணிதப் பிரிவில் தெரிவாகி, மொறட்டுவை பல்கலைக்கழகம் சென்ற தனக்கிருந்த ஓரேயொரு மகன் எல்லாவற்றையும் உதறிவிட்டு வந்துவிட்டான் என்பதில் அப்பாவுக்குச் சொல்ல முடியாத துக்கம். என்னிடம் இரண்டு மூன்று முறை பேச வந்தார். பேச எத்தனிக்கும்போது அவரின் மேல் எரிந்து விழுந்தேன். வெற்றுக் கதிரையை உதைத்தேன். அவர் உள்ளூரத் தடுமாறுவதைக் கண்டு இன்பப்பட்டேன். முடிந்தவரை அவர்களை வேதனைப் படுத்த வேண்டும் என்று விரும்பினேன். அதில் கிடைத்த சந்தோஷம் மேலும் மேலும் என்னை திருப்திப்படுத்தியது. என் இயலாமையை அது சமப்படுத்தியதுபோல் இருந்தது. என் கண்களைப் பார்ப்பதை அப்பா தவிர்க்கத் தொடங்கினார்.

அம்மா கோயில் கோயிலாகச் சுற்றத் தொடங்கினார். சைக்கிளை எடுத்துக்கொண்டு கைபோன போக்கில் இரவில் சுற்றத் தொடங்கினேன். சண்முகம் கடையடிப் படியில் அமர்ந்து இரவுப் பொழுதில் சிகரெட் புகைக்கப் பழகினேன். கிடைக்கும் காசில் ஊதித் தள்ளினேன். காசு மட்டுமட்டாகும்போது பீடி வாங்கி ஊதினேன்.

தனிமையில் அழுதேன். என் ஆணுறுப்பை வெளியே எடுத்து மெதுவாகத் வருடிக் கொடுப்பேன். இப்போது என் உறுப்பை பார்க்க எனக்கு பயமாக இருப்பதில்லை. தூங்கி எழும்போது ஆண் குறி விறைத்து இருக்கின்றது. சாதாரண மாக இயங்குகிறது. ஆனால், உடலுறவை நினைக்கும் போது இயங்குவதில்லை. பயந்து சுருங்குகின்றது.

அச்சகம் ஒன்றில் வேலைக்குச் சேர்ந்தேன். பேப்பர் சுற்றுவது, அச்சாக்குவது என்று முறிந்தேன். அப்பா, அம்மாவுக்கு அது தெரியவர அதிகம் வருத்தப்பட்டு அழுதார்கள். சாப்பாடு தர வரும்போது இதைப் பற்றிப் பேச வந்த அம்மாவிடம் 'போடி வெளியே...' என்று கத்தி, தட்டை விசுக்கி எறிந்தேன். சோற்றுப் பருக்கைகள் அவர் முகத்தில் சிதறியிருந்தன. விறைத்த முகத்துடன் திரும்பிப் பாராமல் நடந்தார். அம்மாவின் விசும்பல் ஒலி தெளிவாகவே என் காதில் கேட்டது.

இன்னும் அவர்களை அழவைக்க விரும்பினேன். இதற்காகவே வேறு எதுவும் படிக்காமல் நாள்களை ஊதாரித்தனமாகச் செலவு செய்ய ஆரம்பித்தேன்.

•

அனுராதபுரத்தில் எனக்கு யாரையும் தெரியாது. ஆனால், பேருந்தில் ஏறிக் கிளம்பி வந்துவிட்டேன். மொறட்டுவையில் படித்த காலத்தில் பழகிய சிங்களம் ஓரளவுக்கு கைகொடுத்தது. என் இஷ்டப்படி சுற்றித் திரிந்தேன். ஸ்ரீ மகாபோதி ருவான்வெலிசாய, தூபாராமய, லோவ மகாபாய, அபயகிரி விகாரை ஜேதவனாராமய போன்றவற்றைச் சுற்றிப் பார்த்தேன். சூரியன் மறையத் தொடங்கும்போது பொடி நடையாக ஒரு கிராமத்தை வந்தடைந்தேன். பெட்டிக் கடையில் இறால் வடையும் இஞ்சி போட்ட பிளேன்ரீ ஒன்றையும் வாங்கி அருந்தினேன். கொஞ்சம் தெம்பாக இருந்தது. இனி எங்கே செல்வது என்று யோசிக்க ஆரம்பித்தேன். தென்னை மரத்தில் இருந்து ஓர் அணில் என்னையே பார்த்துக் கொண்டிருப்பது போல் தோன்றியது. அதனை உற்றுப்பார்த்தேன். மெதுவாக இறங்கி அருகிலிருந்த ஒற்றையடிப்பாதை வழியே வாலைத் தூக்கிக்கொண்டு நடந்தது. அதன் பின்னே செல்லத் தொடங்கினேன். ஒரு தேர்ந்த வழிகாட்டி போல என்னை இழுத்துச் சென்றது. எதைப் பற்றியும் யோசிக்காமல் அணிலின் பின்னே நடந்துகொண்டேயிருந்தேன். அந்தப் பாதை தென்னை மரங்களுக்கூடாகச் சென்றது. வழியில் யாருமே எதிர்ப்படவில்லை. இறுதியில் அந்த அணில் வேகமாக குதித்தோடி எங்கேயோ மறைந்தது. என்னைச் சேர்க்கவேண்டிய இடத்தில் சேர்த்ததுபோல

அது திருப்தியடைந்துவிட்டது என்று நினைத்துக் கொண்டேன்.

சுதாகரித்துக் கொண்டு நிமிர்ந்து பார்த்தேன். அருகே மிகப் பெரிய வாவி தென்பட்டது. சற்றென்று குளிர்க் காற்று என்னைத் தழுவியது. மெய்மறந்து வாவியைப் பார்த்தேன். மிக அமைதியாக இருந்தது. சொக்கிப்போய் அவ்வாறே பார்த்துக்கொண்டு அதன் அருகில் நகர்ந்து வாகை மரங்களுக்குக் கீழிருந்த புற்களின் மேல் மௌனமாக அமர்ந்தேன். நீண்ட கால்களைக் கொண்ட கொக்குகள் பறந்துகொண்டிருந்தன. அப்போதுதான் கவனித்தேன். நீரில் சில சுளிப்புகள் தென்பட்டன. கூர்மையாகப் பார்த்தேன். யாரோ நீந்துகிறார்கள் யார் அது... ஒரு பெண். அட, ஓர் இளம் பெண். நீண்ட கருமையான கூந்தல் அவளுக்கு இருந்தது. நீரில் அலைவுற்று கரும் தாமரைகளாக அவை மிதந்தன.

அவள் கரைக்கு வந்தாள். நான் மௌனமாகப் பார்த்தேன். நீரில் நனைந்த அவள் உடைகள் அவளின் தேகத்தில் ஒட்டியபடி இருந்தன. இமைகளை வெட்டாமல் அவளைப் பார்த்தேன். இத்தனை நீளமாகக் கூந்தல் இருக்குமா என்று வியப்புற்றேன். கரைக்கு வந்த அவள் சிறிய குடுவையில் இருந்து சோப்பை எடுத்து உடல் முழுவதும் பூசத் தொடங்கினாள். அந்த வாசம் விநோதமாக இருந்தது. இதுவரைக்கும் அப்படியொரு வாசத்தை முகர்ந்ததே யில்லை. இவ்வளவு தூரத்திலும் இந்த வாசம் எப்படி வருகிறதென்று ஆச்சர்யமாக இருந்தது. என்னுள்ளே எடையிழந்த பனிக்கட்டிகள் மோதி உருகின. அவளின் தேகத்தின் மீதான ஈர்ப்பு என்னை விழுங்க ஆரம்பித்தது. இருள் மென்மேலும் விழுந்து பார்வையின் திறனைக் குறைத்தது. சிறிது நேரம் நீச்சலடித்துவிட்டு இருள் கடுமையாகத் தொடங்க, ஈர உடையின் மேல் ஒரு துவாயைப் போர்த்துக் கொண்டு புறப்பட்டாள். அவள் விட்டுச் சென்ற வாசம் மட்டும் என்னுளே எஞ்சியிருந்தது.

●

அடுத்தநாள் மதியம் நான் தங்கியிருந்த விடுதியறையில் இருந்து வெளியே புறப்பட்டேன். இளநீர் விற்றுக் கொண்டிருந்தார்கள். ஒரு மாறுதலுக்கு அதனை வாங்கி

அருந்தினேன். நடக்க ஆர்மபித்தபோது வெயில் என்னைப் பின்னால் விரட்டிக்கொண்டிருந்தது. நகருக்குள் நுழைந்தேன். புகையிரத கடவையைக் கடந்து சென்றுகொண்டிருக்கும் போது அந்த யோசனை உதித்தது.

படியால் ஏறி கண்ணாடிக் கதவைத்திறந்து கொண்டு உள்ளே நுழைந்தேன். வரவேற்பறையில் மூக்கு நீளமான ஒருவர் அடர்த்தி குறைந்த தேகத்தோடு இருந்தார். சாம்பிராணிப் புகையின் வாசம் கமழ்ந்துகொண்டிருந்தது. பக்கத்தில் சோபா செட்டி இருக்கைகள் இருந்தன. அதில் சிலர் பேப்பர் வாசித்துக்கொண்டிருந்தார்கள். நான் நேராக வரவேற்பறையில் இருந்தவரிடம் சென்றேன். 'சாதாரண மசாஜ் செய்ய ஆயிரத்தி முந்நூறு ரூபாய்' என்றார். காசை எண்ணி அவரிடம் கொடுத்தேன். அருகிலிருந்த அறையைச் சுற்றிக்காட்டி இங்கிருக்கும் பெண்களில் ஒருவரை அழைக்கச் சொன்னார்.

பிங்க் நிற வர்ணம் பூசப்பட்ட அந்த அறையில் ஏறக்குறைய பதினான்குக்கும் மேற்பட்ட பெண்கள் இருந்தார்கள். எல்லோருடைய முகத்தையும் பார்த்தேன். அளவுக்கு அதிகமாக பெளடர் முகத்தில் பூசி, கடும் நிறத்தில் சிவப்பு உதட்டுச் சாயம் பூசியிருந்தார்கள். அதில் கொஞ்சம் இளையவளாக இருக்கும் ஒருவரை தெரிவு செய்தேன். துள்ளி எழுந்து என்னிடம் வந்தாள். ஹமாம் சோப் வாசம் வீசும் ஒரு துவாயை என்னிடம் தந்துவிட்டு சில போத்தல்களை எடுத்துக்கொண்டு என்னைப் பின்னே வரச் சொன்னாள்.

சிறிய அறை. குறைந்த ஒளியில் மின்குமிழ்கள் ஒளிர்ந்து கொண்டிருந்தன. அருகிலிருக்கும் ஷவரில் குளித்துவிட்டு வரச்சொன்னாள். அந்தத் துவாயை சுற்றிக்கொண்டு அந்தக் கட்டிலில் ஏறிப் படுத்தேன். அவள் கையிலிருந்த தைலத்தை பூசி என் உடலை மசாஜ் செய்ய ஆரம்பித்தாள். மிக மென்மையாக அவளின் கை என் உடம்பை பிடித்து அழுத்தி உருவிக்கொடுத்தது. கண்ணை மூடி அவளின் கையின் நகரலை உற்றுநோக்கத் தொடங்கினேன். மயிலிறகின் வருடல்போல் அந்தத் தடவல் இருந்தது. கண்கள் இருண்டுகொண்டிருந்தன. நிறைய அணில்கள் கும்பலாக ஓடிக்கொண்டிருக்கும் காட்சி கண்ணில்

தென்பட்டது. இருபது நிமிங்களுக்குப் பிற்பாடு என்னை திரும்பிப் படுக்கச் சொன்னாள்.

இந்தத் தடவை என் மார்பு தொடைகள் என்று அவளின் கை ஊர்ந்தது. எனக்குக் கூச்சம் எழுந்து ஆர்ப்பரிக்கத் தொடங்கியது. பற்களுக்கு இடையில் கூச்சம் சம்பந்தமேயில்லாமல் வந்தது. கண்களை அழுத்தி மூடி என்னைச் சமப்படுத்த முயன்றேன். என் ஆணுறுப்பு வீரியம் கொள்கிறதா என்று உற்றுநோக்கத் தொடங்கினேன். அவளின் கை சடுதியாக அதைத் தீண்டியதுபோல் இருந்தது.

என்னுடன் பேச்சுக் கொடுக்க ஆரம்பித்தாள். நான் கண்களைத் திறந்து அவளின் முகத்தைப் பார்த்தேன். நேற்று வாவியில் கண்ட பெண்ணின் சருமத்தில் இருந்து வந்த வாசனை என்னைச் சுற்றி பரவியிருந்ததுபோல் உணர்தேன். என் முகத்தின் வெகு அருகே வந்து, 'ஹாண்ட் ஜோப் கரண்ட ஒனத?' என்றாள். அதற்காகவே காத்திருந்ததுபோல் 'ஓவ்' என்றேன். அதற்காக மேலதிகமாக டிப்ஸ் இப்பவே தரவேண்டும் என்றாள். அருகில் ஹேங்கரில் கொழுவியிருந்த என் லோவுசர் பொக்கற்றில் இருந்த பேர்சில் இருந்து ஆயிரம் ரூபாய் எடுத்து அவளிடம் கொடுத்தேன். நான்காக மடித்து, சிறு புன்னகையோடு தன் பின்புற ஜீன்ஸ் பொக்கற்றில் வைத்தாள்.

கைநிறையைத் தைலத்தை அள்ளிப்பூசிக்கொண்டு என் உறுப்பைத் தொட்டு தீண்டத் தொடங்கினாள். இடுப்பைச் சுற்றியுள்ள பிரதேசம் குளிர்ந்தது. கண்ணைத் திறந்து அது நிமிர்ந்துள்ளதா என்று பார்த்தேன்.

•

நான் வீடுவந்து சேர்ந்தபோது பின்னேரம் நான்கு மணியிருக்கும். பேப்பர் வாசித்துக்கொண்டிருந்த அப்பா நிமிர்ந்து என்னைப் பார்த்துவிட்டு எதுவும் கேட்காமல் மீண்டும் விட்ட இடத்திலிருந்து வாசிக்க ஆரம்பித்தார். அடுக்களைக்குச் சென்று எனக்கான தேநீரை தயாரித்துக் கொண்டு என் அறைக்குள் நுழைந்து கதவைத் தாழிட்டேன். அனைத்து உடைகளையும் களைந்துவிட்டு கண்ணாடியில் என் உருவத்தைப் பார்த்தேன். நீண்ட நாள்களின் பின்

என்னைப் பார்க்கிறேன். கொஞ்சம் சதைப்பிடிப்பு உடலில் இருந்தது. அரும்பும் மீசையை வருடிக்கொடுத்தேன். நான் கொஞ்சம் அழகாகியிருப்பதுபோல் தோன்றியது. என் உறுப்பைப் பார்த்தேன். ஆதரவாகத் தடவிக் கொடுத்தேன். எனக்குள் மகிழ்ச்சி சம்பந்தமேயில்லாமல் பிறந்தது.

'சேர்... எவ்வளவு நேரம் ஆகியும் உங்க உறுப்பு விறைக்குதேயில்லை' என்று அவள் களைப்புற்ற கண்களுடன் என்னிடம் சொல்லும்போது என் கண்களை விழித்து, அவளைப் பார்த்தேன். என் உதட்டில் வெறும் புன்னகை மட்டும்தான் இருந்தது. 'சரி பரவாயில்லை... போதும்' என்றேன். என் தலையைக் கோதிவிட்டு 'உங்களுக்கு ஒரு முத்தத்தைப் பரிசளிக்கவா?' என்று கேட்டாள். நான் எந்தப் பதிலும் சொல்ல முதல் என் உதட்டில் முத்தமிட்டாள். அப்போது அதைப் புரிந்துகொண்டேன்.

நினைவுச் சுழிகளைக் களைந்து, கண்ணாடியில் இருந்து பார்வையை விலத்தி ஜன்னலால் வெளியே பார்த்தேன். அணில்கள் உற்சாகமாக ஓடி விளையாடிக்கொண்டிருந்தன.

www.ingramcontent.com/pod-product-compliance
Lightning Source LLC
La Vergne TN
LVHW100343051026
849518LV00003B/881
* 9 7 8 8 1 8 4 9 3 8 6 3 0 *